எண்ணுவது உயர்வு

(பாரதியின் புதிய ஆத்திசூடி விளக்கவுரை)

முனைவர். நா. சங்கரராமன்

விஜயா பதிப்பகம்
20, ராஜ வீதி,
கோயம்புத்தூர் - 641 001.
www.vijayapathippagam.com

எண்ணுவது உயர்வு
Ennuvathu Uyarvu

ஆசிரியர் : முனைவர். நா. சங்கரராமன்

இரண்டாம் பதிப்பு : 2018

விஜயா பதிப்பகம்

20, ராஜ வீதி, கோயம்புத்தூர் - 641 001.

℃ 0422 - 2382614 / 2385614

vijayapathippagam2007@gmail.com

ஒளியச்சு / புத்தக வடிவமைப்பு : ஐரிஸ் கிராபிக்ஸ், கோவை.

அட்டை வடிவமைப்பு : **மௌஸ் பாய்ண்ட், சென்னை.**

அச்சாக்கம் : **ஜோதி எண்டர்பிரைசஸ், சென்னை - 5.**

ISBN - **81-8446-727-3** / பக்கம் : 240 / **விலை : ரூ.** 180 /-

சமர்ப்பணம்

என் பேச்சிலும்
எழுத்திலும்
எண்ணத்திலும்
எல்லாவற்றிலும் கலந்து
என்னை இயக்கும்
என் ஞான ஆசிரியன் பாரதிக்கும்
&
பேரிடர் காலத்தில்
களப்பணியாற்றிய
தோழமைகளுக்கும்...

திரு .நிரஞ்சன் பாரதி
(மகாகவிபாரதியின் எள்ளுப்பேரன்)
கவிஞர், பாடலாசிரியர்.
சென்னை

வாழ்த்துரை

ஆத்திசூடி என்பது சிவபெருமானுக்கு வழங்கப்படும் பெயர்களில் ஒன்று. ஆத்தி மாலையைச் சூடியிருப்பவன் என்பதன் அடிப்படையில் சிவனுக்கு அந்தப் பெயர்.

ஆனால் ஆத்திசூடி என்ற உடனேயே நம் நினைவுக்கு சிவபெருமான் வருவதில்லை. இரு வார்த்தைகளில் மிகப்பெரும் கருத்துகளைச் சொல்லும் கவர்ச்சிகரமான கவிதை வடிவம் தான் நம் நினைவுக்கு வருகிறது.

ஔவையார் முதலில் தொடங்கி வைத்த இந்தக் கவிதை வடிவம் பிற்காலத்தில் பாரதியையும் ஈர்த்தது. ஔவை எழுதிய ஆத்திசூடியால் ஊக்கமும் ஆக்கமும் பெற்று மாற்றம் வேண்டும் என்ற ஏக்கம் மேலோங்க புதிய ஆத்திசூடியை படைத்தளித்தான் பாரதி.

பாரதி எழுதிய புதிய ஆத்திசூடிக்கு புத்துரை கண்டிருக்கும் நண்பர் சங்கர ராம பாரதி அவர்களுக்கு முதலில் என்னுடைய வாழ்த்துகளைத் தெரிவித்துக் கொள்கிறேன்.

அவர் எழுதிய நூலுக்கு வாழ்த்துரை எழுதும் வாய்ப்பை எனக்கு நல்கியமைக்காக அவருக்கு எனது நன்றியை உரித்தாக்கிக் கொள்கிறேன். பெயரளவில் மட்டும் சதா பாரதியாக இல்லாமல் எண்ணத்திலும் எழுத்திலும் சதா பாரதியாக வலம் வந்து கொண்டிருப்பவர் அவர்.

அந்த விதத்தில் பாரதியின் புதிய ஆத்திசூடிக்கு சங்கர ராம பாரதி புத்துரை கண்டிருப்பதில் ஆச்சரியம் இல்லை தானே!!!

இந்த நூல் நெடுகிலும் மிக நேர்த்தியாகவும் சீர்த்தியாகவும் பாரதியின் கீர்த்தியை பரப்பும் வண்ணம் எளிமையான நடையில் அனைவருக்கும் புரியும் வண்ணம் அவர் உரை எழுதியிருப்பது மிகவும் சிறப்பாகும்

அச்சம் தவிர் என்ற ஆத்திசூடிக்கு ''பாரதி வித்யாசமானவன். அச்சம் தேவையில்லை என்று சொல்லவில்லை. அஞ்ச வேண்டிய பழிபாவங்களுக்கு நாம் அஞ்சி நடத்தல் அவசியமாகிறது. ஆனால் சில இடங்களில் தேவையில்லாமல் படும் அச்சத்தை தவிர்க்கச் சொல்கிறான்'' என்று சொல்லியிருக்கும் பாங்கு அருமையானது.

ஆண்மை தவறேல் என்ற ஆத்திசூடியை விவரித்து விரித்து எழுதும் போது ஆண்மை என்பதை ஆண்பாலோடு தொடர்பு படுத்தாமல் ஆண்மை என்பதை ஆளுமை என்ற பொருளில் கையாண்டிருப்பது பாராட்டிற்குரியது.

இளைத்தல் என்பதை உடலோடு மட்டும் சார்ந்ததல்ல உள்ளத்தையும் சார்ந்து நிற்பது என தனது விளக்க உரையில் மிக அழகாகச் சொல்கிறார் சங்கர ராம பாரதி.

தன் நிலை தாழ்தலே இளைத்தல் ஆகும். எந்தத் துன்பம் வந்தாலும் அதை உறுதியான மனதோடு எதிர்கொள்வது அவசியமாகிறது. 'ஒரு காலத்தில் எப்படி வாழ்ந்த குடும்பம்னு தெரியுமா?' என்று ஒவ்வொரு ஊரிலும் ஒரு குடும்பம் பற்றியும் நமது குடும்பத்தை பற்றியும் ஊரார் பேச கேட்டிருக்கிறோம். அந்த நிலையில் இருந்து இளைத்து தாழ்ந்து போவதே இகழ்ச்சி என்கிறான்'' என்று தொடங்கி ''உடல் இளைத்தல் தவறில்லை உள்ளம் இளைத்தல் கூடாது என்பதே பாரதியின் கருத்தாகும்'' என்று முடிக்கும் போது மனதார கைதட்டல்களைப் பெறுகிறார் சங்கர ராம பாரதி.

சோம்பல் என்பது ஒரு கொடுமையான மன நோய். ஆனால், இதனினும் கொடுமையானது இந்த நோய் இருப்பதைப் பல பேர் அறியாமல் இருப்பது தான். எங்கே சோம்பல் களையப்படுகிறதோ அங்கே வெற்றி விதைக்கப்படுகிறது என்பதை நம்பியவன் பாரதி. இதைத் தன் நெருப்பு வார்த்தைகளால் சொல்ல வந்த பாரதி ''ஓய்தல் ஒழி'' என்கிறான். இதை மிக அழகாக விவரித்து எழுதுகிறார் சங்கர ராம பாரதி.

‘‘ஒரு வேலையைத் நாம் தள்ளிப் போடுவதற்குக் காரணம் அந்த வேலை தெரியாது என்பதற்காக மட்டுமல்ல. நமக்கு நன்றாக தெரிந்த செயல்களைக் கூட சோம்பலின் காரணமாக தள்ளிப் போடுவோம். அதே நேரத்தில் நாம் செய்ய நினைத்ததை வேறொருவர் செய்துவிட்டு மிகப்பெரிய பாராட்டுக்களைப் பெற்று நம்மைக் கடந்து சென்றிருப்பார். சோம்பல் மிகப்பெரிய பிணி என்பதை உணரவேண்டும். அதனை விட்டொழிக்க வேண்டும்’’. வாழ்க்கையில் சாதிக்கத் துடிக்கும் அத்தனை பேரும் தங்கள் நினைவுகளில் பொதித்து வைக்க வேண்டிய அற்புத வாசகங்கள் இவை.

இப்படி, இந்த புத்தகம் நெடுகிலும் நிறைய முத்துகள் தென்படுகின்றன. பாற்கடலில் மட்டுமல்ல நூற்கடலிலும் முத்துகள் இருக்கும் என்பதை தனது வளமான சிந்தனைகளால் நிரூபித்துள்ளார் சங்கர ராம பாரதி.

இந்த ஒரு நூலோடு நிறுத்திக் கொள்ளாமல் பாரதி புகழ் பரப்பும் பல நூல்களை எழுதி அடுத்த தலைமுறைக்கு பாரதியைக் கொண்டு செல்ல வேண்டும் என்பதே எனது வேண்டுகோள்.

சங்கர ராம பாரதி போன்ற பாரதி பக்தர்கள் இருக்கும் வரை பாரதியின் புகழ்க்காற்று புவனம் எங்கிலும் வீசிக்கொண்டிருக்கும் என்பதில் சந்தேகமில்லை.

வாழ்த்துகள் சங்கர ராம பாரதி அண்ணா!!!

நன்றியுரை

என்னை இந்த உலகிற்கு அளித்திட்ட என்பெருமைமிகு பெற்றோர்களுக்கும், எனது வளர்ச்சிக்கு எப்போதும் துணைநிற்கும் உடன்பிறந்தோர்க்கும் உற்சாகத்தை தினம்தோறும் வழங்கிவரும் நண்பர்களுக்கும் நன்றிகளை பெருமிதம் கலந்த உணர்வோடு சொல்கிறேன்.

என்னுடைய வளர்ச்சியில் என்னைவிட அதிக நம்பிக்கை வைத்து எப்போதும் என்னை உற்சாகப்படுத்தி வரும் எம் பெருமைமிகு எஸ்.எஸ்.எம்.கல்வி நிறுவனங்களின் தலைவர் கவாலியர். முனைவர். எம்.எஸ்.மதிவாணன் அவர்களுக்கு எனது நன்றியினை காணிக்கையாக்குகிறேன்.

என்னுடைய எழுத்துக்கும் பேச்சுக்கும் தொடர்ந்து அங்கீகாரம் அளித்து ஊக்கப்படுத்திவரும் கல்லூரியின் இயக்குநர். முனைவர். கு.ராமசாமி அவர்களுக்கும் முதல்வர் முனைவர். கே.காமராஜ் அவர்களுக்கும் நன்றிகள்.

என்னுடைய ஒவ்வொரு எழுத்தையும் பேச்சையும் கொண்டாடி மகிழ்ந்து என்னை தொடர்ந்து எழுதச் சொல்லி ஊக்கப்படுத்தும் எனது அன்புச் சகோதரி தமிழ்த்துறைத் தலைவர். முனைவர்.பா.மஞ்சுளா அவர்களுக்கும், ஒவ்வொரு நூலுக்கும் எனக்கு உற்சாகப்படுத்தும் தமிழ்த்துறைப் பேராசிரியர்களுக்கும், சக பேராசிரியப் பெருமக்களுக்கும், அலுவலக நண்பர்களுக்கும் முதன் முதலாக பிரதி எடுத்துக் கொடுத்த பேராசிரியர். கி.திலீப்குமார் அவர்களுக்கும் நன்றிகள்.

என் பேச்சுக்கும் எழுத்துக்கும் முதல் ரசிகர்களாக இருக்கும் என் அன்பு மாணவ மாணவிகளுக்கும் நன்றிகள்.

என்னை தொடர்ந்து முகநூல் வழியாக ஊக்கப்படுத்தும் உறவுகளுக்கும் சிறப்பு நன்றிகள்.

புதிய ஆத்திசூடியை நமது நம்பிக்கையில் தொடராக வெளியிட்டு எனக்கு பெருமை செய்யும் **அன்பு அண்ணன் மரபின் மைந்தன் முத்தையா** அவர்களுக்கும் நன்றிகள்.

சிறந்த நூல்களின் தாயகமாகவும் என்னை எழுத்துலகில் சிறப்பாக அறிமுகம் செய்து தொடர்ந்து ஐந்தாவது நூலையும் வெளியிட்டு பெருமைப்படுத்தும் கோவை விஜயா பதிப்பக உரிமையாளர். **உயர்திரு. மு.வேலாயுதம் ஐயா** அவர்களுக்கும் உரிமையோடு என்னுடைய எழுத்தை நேசித்து ஊக்கப்படுத்தும் **சிதம்பரம் அண்ணாவுக்கும், மாரீசன் அண்ணா** அவர்களுக்கும் நன்றிகளைச் சமர்பிக்கிறேன்.

முனைவர். **நா.சங்கரராமன்**

அலைபேசி : 99941 71074

முகநூல் : சங்கரராம பாரதி

மின்னஞ்சல் : sadhabarathy@gmail.com

பொருளடக்கம்

	ஆத்திசூடி - காப்பு	14
1.	அச்சம் தவிர்	15
2.	ஆண்மை தவறேல்	17
3.	இளைத்தல் இகழ்ச்சி	19
4.	ஈகை திறன்	21
5.	உடலினை உறுதி செய்	23
6.	ஊண் மிக விரும்பு	25
7.	எண்ணுவது உயர்வு	27
8.	ஏறுபோல் நட	29
9.	ஐம்பொறி ஆட்சி கொள்	31
10.	ஒற்றுமை வலிமையாம்	33
11.	ஓய்தல் ஒழி	35
12.	ஔடதம் குறை	37
13.	கற்றது ஒழுகு	39
14.	காலம் அழியேல்	41
15.	கிளை பல தாங்கேல்	43
16.	கீழோர்க்கு அஞ்சல்	45
17.	குன்றென நிமிர்ந்து நில்	47

18.	கூடித் தொழில் செய்	49
19.	கெடுப்பது சோர்வு	51
20.	கேட்டிலும் துணிந்து நில்	53
21.	கைத்தொழில் போற்று	55
22.	கொடுமையை எதிர்த்து நில்	57
23.	கோல்கைக் கொண்டு வாழ்	59
24.	கவ்வியதை விடேல்	61
25.	சரித்திரத் தேர்ச்சி கொள்	63
26.	சாவதற்கு அஞ்சேல்	65
27.	சிதையா நெஞ்சு கொள்	67
28.	சீறுவோர்ச் சீறு	69
29.	சுமையினுக்கு இளைத்திடேல்	71
30.	சூரரைப் போற்று	73
31.	செய்வது துணிந்து செய்	75
32.	சேர்க்கை அழியேல்	77
33.	சைகையில் பொருளுணர்	79
34.	சொல்வது தெளிந்து சொல்	81
35.	சோதிடந்தனை இகழ்	83
36.	சௌரியம் தவறேல்	85
37.	ஞமலி போல் வாழேல்	87
38.	ஞாயிறு போற்று	89
39.	ஞிமிரென இன்புறு	91
40.	ஞெகிழ்வது அருளின்	93

41.	ஞேயம் காத்தல் செய்	95
42.	தவத்தினை நிதம்புரி	97
43.	தன்மை இழவேல்	99
44.	தாழ்ந்து நடவேல்	101
45.	திருவினை வென்று வாழ்	103
46.	தீயோர்க்கு அஞ்சேல்	105
47.	துன்பம் மறந்திடு	107
48.	தூற்றுதல் ஒழி	109
49.	தெய்வம் நீ என்று உணர்	111
50.	தேசத்தைக் காத்தல் செய்	113
51.	தையலை உயர்வு செய்	115
52.	தொன்மைக்கு அஞ்சேல்	117
53.	தோல்வியில் கலங்கேல்	119
54.	நன்று கருது	121
55.	நாளெலாம் வினைசெய்	123
56.	நினைப்பது முடியும்	125
57.	நீதி நூல் பயில்	127
58.	நுனியளவு செல்	130
59.	நூலினைப் பகுத்துணர்	132
60.	நெற்றி சுருக்கிடேல்	134
61.	நேர்பட பேசு	136
62.	நையப்புடை	138
63.	நொந்தது சாகும்	140

64.	நோற்பது கைவிடேல்	142
65.	பணத்தினைப் பெருக்கு	144
66.	பாட்டினில் அன்பு செய்	147
67.	பிணத்தினைப் போற்றேல்	149
68.	பீழைக்கு இடங்கொடேல்	151
69.	புதியன விரும்பு	153
70.	பூமி இழந்திடேல்	155
71.	பெரிதினும் பெரிது கேள்	157
72.	பேய்களுக்கு அஞ்சேல்	159
73.	பொய்மை இகழ்	161
74.	போர்த்தொழில் பழகு	163
75.	மந்திரம் வலிமை	165
76.	மானம் போற்று	167
77.	மிடிமையில் அழிந்திடேல்	169
78.	மீளுமாறு உணர்ந்து கொள்	171
79.	முனையிலே முகத்து நில்	173
80.	மூப்பினுக்கு இடங்கொடேல்	175
81.	மெல்லத் தெரிந்து சொல்	177
82.	மேழி போற்று	179
83.	மொய்ம்புறத் தவம்செய்	181
84.	மோனம் போற்று	183
85.	மௌட்டியந் தனைக் கொல்	185
86.	யவனர் போல் முயற்சி கொள்	187
87.	யாவரையும் மதித்து வாழ்	189

88. யௌவனம் காத்தல் செய்	191
89. ரஸத்திலே தேர்ச்சி கொள்	193
90. ராஜஸம் பயில்	196
91. ரீதி தவறேல்	198
92. ருசிபல வென்றுணர்	200
93. ரூபம் செம்மை செய்	202
94. ரேகையில் கனி கொள்	204
95. ரோதனம் தவிர்	206
96. ரௌத்திரம் பழகு	208
97. லவம் பல வெள்ளமாம்	210
98. லாவகம் பயிற்சி செய்	212
99. லீலை இவ்வுலகு	214
100. (உ)லுத்தரை இகழ்	216
101. லோக நூல் கற்று உணர்	218
102. லௌகிகம் ஆற்று	221
103. வருவதை மகிழ்ந்து உண்	223
104. வானநூல் பயிற்சி கொள்	225
105. விதையினைத் தெரிந்திடு	227
106. வீரியம் பெருக்கு	229
107. வெடிப்புறப் பேசு	231
108. வேதம் புதுமை செய்	234
109. வையத் தலைமை கொள்	237
110. வௌவுதல் நீக்கு	239

புதிய ஆத்திசூடி - காப்பு

பரம்பொருள் வாழ்த்து

ஆத்திசூடி, இளம்பிறை யணிந்து
மோனத் திருக்கும் முழுவெண் மேனியான்
கருநிறங் கொண்டு பாற் கடல்மிசைக் கிடப்போன்
மகமது நபிக்கு மறையருள் புரிந்தோன்
ஏசுவின் தந்தை எனப்பல மதத்தினர்
உருவாகத்தாலே உணர்ந்துணராது
பலவகையாகப் பரவிடும் பரம்பொருள் ஒன்றே
அதனியல் ஒளியுறும் அறிவாம்
அதனிலை கண்டாள் அல்லலை அகற்றினார்
அதனருள் வாழ்த்தி அமரவாழ்வு எய்துவோம்

- மகாகவி பாரதியார்.

1. அச்சம் தவிர்

நேர்மையோடு இருப்பவர்கள்
யாருக்கும் அஞ்சவேண்டியதில்லை

- சதா பாரதி

பாரதி வித்தியாசமானவன். அச்சம் தேவை யில்லை என்று சொல்லவில்லை. அஞ்ச வேண்டிய பழிபாவங்களுக்கு நாம் அஞ்சி நடத்தல் அவசிய மாகிறது. ஆனால் சில இடங்களில் தேவையில்லாமல் படும் அச்சத்தை தவிர்க்கச் சொல்கிறான்.

அச்சமும் பேடிமையும்
அடிமைச் சிறுமதியும்
உச்சத்திற் கொண்டாரடி - இவர்
ஊமை ஜனங்களடி

என்று கிளிக்கண்ணிகளில் கிழித்து எறிவான். அதில் ஒரு பட்டியல் போடுவான். எதிர்ப்புகளையும் சதிகளையும் அவமானங்களையும் கண்டு ஒருபோதும் அஞ்சுவது கூடாது. அவ்வகையில் வரும் அச்சத்தை தவிர்க்க வேண்டும். மனதிற்குள்ளே அச்சம் புகுந்து விட்டால் செய்யும் காரியங்கள் யாவுமே பதட்டமாகவே முடியும். நல்லவற்றை செய்வதற்கே பலருக்கும்

இங்கே பயம் தொற்றிக் கொள்ள ஆரம்பிக்கிறது. எதிர்மறைகளை தைரியத்தோடு தயக்கமின்றி செய்கிறார்கள். தயக்கமின்றி நல்லவற்றை செய்ய அச்சம் தவிர்க்கப்பட வேண்டும். தைரியம் என்பது அடுத்தவரை அடக்கி ஆளுதலில் இல்லை. குழப்பங்களும் துன்பங்களும் சூழ்ந்திருக்கும் போதும் அஞ்சாமல் முன்னேறிச் செல்வதே பாரதியின் விருப்பமும்கூட...

ஒரு பக்கம் ஆங்கிலேயர் மற்றொருபுறம் பிரெஞ்சு அரசாங்கம் இதையெல்லாம் விட அவனைச் சூழ்ந்து இருந்த வறுமை என்ற வாழ்க்கை வாழ்ந்த போதும் அவன் வாழ்வை நினைத்து கவலைப் பட்டதில்லை. பயம் என்பது நமது மகத்தான வாழ்வை இழக்க செய்துவிடும். அச்சமின்றி நம்பிக்கையோடு செய்யும் காரியங்களிலே வெற்றி எப்போதும் கலந்திருக்கும்.

உச்சிமீது வானிடிந்து வீழுகின்ற போதிலும்
அச்சமில்லை அச்சமில்லை அச்சமென்பதில்லையே

என்றே கம்பீரமாகவே வலம்வந்தவன் பாரதி.

நம்முடைய அச்சமே நமக்கு பலநேரங்களில் எதிரியாகவும் தயக்கமாகவும் வந்து நிற்கிறது. நம்மிடம் உண்மையும் நம்பிக்கையும் இருக்கும்போது நாம் யாருக்கும் அஞ்சவேண்டிய அவசியம் இல்லை. மனம் என்பது தெளிவாகவும் குழப்பம் இல்லாமலும் இருக்கும்போதே அது சாதனையை நோக்கி இடம்பெயரும். நல்ல நிலையினை எட்டுவதற்கு நாம் எவ்வித தயக்கமும் இல்லாமல் பயணிக்க வேண்டும்

தீமைகளுக்கு அஞ்சாமை என்பதும் அறிவுடைமையே ...

2. ஆண்மை தவறேல்

ஆண்மை என்பது அடக்குவதில் இல்லை
மனதை ஆளுகையில் உள்ளது...

- சதா பாரதி

இடைக்கால தமிழகத்தில் இருட்டறையில் இருந்த பெண்களின் உலகத்தை வெளிச்சம் போட்டு புதுமைப் பெண்களாக வலம் வர வேண்டும் என்று ஆசைப்பட்டவன் பாரதி. அவனுடைய இரண்டாவது வரிகளே புதிய ஆத்திச்சூடியின் இரண்டாம் வாசகமே 'ஆண்மை தவறேல்' என்பதாகும்.

ஆண் என்பதை நிரூபணம் செய்வதற்கு ஆண்கள், பெண்களை விட பலசாலிகள் புத்திசாலிகள் என்பது போன்ற கருத்துக்களை நிறுவுவதற்கு அவன் சொல்லிய வார்த்தை இதுவல்ல. ஆண்மை என்பதை தைரியத்தின் குறியீடாகவே பயன்படுத்துகிறான். ஆளுமையின் வெளிப்பாடாகவே காண்கிறான். பெண்மை சில நேரங்களில் ஆண்மையை வெளிப் படுத்தும். ஆண் என்பதற்கும் ஆண்மை என்பதற்கும் வேறுபாடுகள் நிறையவே உள்ளன. பெண்மையை போற்றாத ஆண் ஆண்மையில் இணைவதில்லை. எந்தச் சூழலாக இருந்தாலும் தன் கணவனையும்

குழந்தைகளையும் விட்டுக்கொடுக்காமல் போராடும் பெண்மைக்குள் இருப்பதே ஆண்மை என்பதாகும். பாஞ்சாலி சபதத்தில் பாண்டவர் நிலையினை பெட்டைப் புலம்பல்கள் என்கிறான். அங்கே பாண்டவர்கள் உடலளவில் ஆண்களே. ஆனால் அவர்களின் ஆண்மையை பாரதி ஏற்கவில்லை. ஆண்மையின் வெளிப்பாடாக பாஞ்சாலியைக் காண்கிறான். பராசக்தியை பாடினான். பாஞ்சாலி சபதம் என்றே பெயரிடுகிறான். இங்கே ஆண்மை எனப்படுவது ஆளுமையின் வெளிப்பாடு. ஆகவே தான் ஆண்மை தவறேல் என்பதை இரண்டாவது வரியாக அச்சம் தவிர்த்தலுக்கு அடுத்து சொல்லி ஆண்மை தவறாமல் இருப்பதற்கான வழியாகும் என்கிறான்... அநீதிக்கு எதிராக பொங்குதல் மட்டுமல்லாமல் நமக்குள் தவறு எனும் போது அதை எவ்வித சமரசமும் செய்து கொள்ளாமல் மாற்றிக் கொள்வதும் ஆண்மையே.

நிமிர்ந்த நன்னடை
நேர்கொண்டபார்வை
திமிர்ந்த ஞானச்செருக்கு...
இவையே ஆண்மையின் அடையாளம்...

இப்படியான பெண்மைதான் பாரதி எதிர்பார்த்தது ஆகும்...

பாரதியின் பார்வையின் ஆண்மை என்பது ஆளுமையாகவே தெரிந்தது. பெண்மையை மதிக்கத் தெரிந்த ஆண்மைதான் இன்றும் விரும்பப் படுகிறது. பல்வேறு நிலைகளில் பெண்ணுக்கு எதிரான கொடுமைகள் இன்றளவும் நடந்துவருவது வேதனைக்கு உரியதே ஆகும். நிவேதிதா அம்மையாரே பாரதியின் பெண்மை பற்றிய பார்வைக்கு பட்டை தீட்டினார். பெண் குழந்தைகள் என்றால் பாரதிக்கு அத்தனை பிரியமான ஒன்று என்பதாலோ பாரதிக்கு பிறந்த இரண்டு குழந்தைகளும் பெண்குழந்தைகளே..

பெண்மையை மதித்துப் போற்றுவதே ஆண்மை எனப்படும்.

3. இளைத்தல் இகழ்ச்சி

சுயமரியாதை இழந்து பெறும்
எல்லாமே இரவல்தான்

- சதா பாரதி

தன் நிலை தாழ்தலே இளைத்தல் ஆகும். எந்தத் துன்பம் வந்தாலும் அதை உறுதியான மனதோடு எதிர்கொள்வது அவசியமாகிறது. 'ஒரு காலத்தில் எப்படி வாழ்ந்த குடும்பம்னு தெரியுமா?' என்று ஒவ்வொரு ஊரிலும் ஒரு குடும்பம் பற்றியும் நமது குடும்பத்தை பற்றியும் ஊரார் பேச கேட்டிருக்கிறோம். அந்த நிலையில் இருந்து இளைத்து, தாழ்ந்து போவதே இகழ்ச்சி என்கிறான்... 'மகாகவி வந்திருக்கிறேன். உங்கள் ராஜாவை ஜதி பல்லக்கு கொண்டு வரச் சொல்' என்று வறுமை வாட்டிய போதும் எட்டையபுரம் சென்று ஊர் எல்லையில் நின்று சொன்ன இளைத்தல் இல்லாத பெருமிதமும் செருக்குமே வேண்டும் என்கிறான் பாரதி. அடிமையாக தேசமிருந்தாலும் அவனுடைய தலைப்பாகை தனக்கு தானே சூட்டிய கிரீடம் போன்ற குறியீடு. அவன் அணிந்த கோட் 'உனக்குரிய ஆடையை என்னாலும் அணிய முடியும்' என்ற இறுமாப்பின் உச்சத்தில் நின்றணிந்தவன் பாரதி...

வேடிக்கை மனிதரைப் போல
வீழ்வேன் என்று நினைத்தாயோ?

என்றே கொக்கரித்து சமரசம் இல்லாத வாழ்வை வாழ்ந்தவன் பாரதி. எப்போதுமே அவனுடைய மனதிலே நம்பிக்கை நிரம்பிய மகிழ்ச்சி மட்டுமே இருந்தது. எத்தனை துன்பநிலை வந்தாலும் தன் நிலை தாளாத நிலை குறித்தே சிந்தித்தவன் பாரதி. சில விஷயங்களுக்கு தாமதமாகலாம். அதற்காக தன் நிலை தாழ்ந்த நிலையினை செய்துவிட்டு இளைத்தல் ஆகாது. வறுமையும் தோல்வியும் நிரந்தரமில்லை. எப்போது வேண்டுமானாலும் நிலை மாறலாம். கம்பீரமான நல்ல எண்ணங்களே நம் அக வாழ்வினையும் புற வாழ்வையும் கம்பீரப் படுத்தும். தொடர்ந்து முயன்றிடுங்கள். உங்கள் நிலை தாழாது...

உடல் இளைத்தல் தவறில்லை
உள்ளம் இளைத்தல் கூடாது

என்பதே பாரதியின் கருத்தாகும்.

எந்த நிலையிலும் தன் நிலை தாழாமல் இருக்க வேண்டுமென விரும்பியவனே பாரதி. பல நேரங்களில் வறுமையின் காரணாமாக நம்மில் பலரும் பாதை மாறிப் போகும் சலனம் ஏற்படும், அது நமக்கு ஒருபோதும் நிலைத்த சந்தோசத்தை தந்துவிடாது. நம்முடைய உடலும் உள்ளமும் ஒரே நேர்கோட்டில் நாம் சொல்வதைக் கேட்கும்போதே நம்முடைய நிலை உயரும். பணிவு வேறு. தாழ்வு வேறு. பணிவாக இருப்பதற்கும் தாழ்வாக இருப்பதற்கும் உள்ள வேறுபாட்டை உணர்வது அவசியம்

நமக்கு நாம் கொடுக்கும் அங்கீகாரமே
உலகின் மிகப்பெரிய அங்கீகாரம் — *சதா பாரதி*

4. ஈகை திறன்

கொடுப்பதாலே பெறுகிறோம்
கொடுங்கள் — *- சதா பாரதி*

ஈகை என்பதை அனைத்து மதங்களும் தங்களின் கடமைகளுள் ஒன்றாக வைத்துள்ளன என்பது நமக்குத் தெரியும். பாரதி ஈகை என்பதை நம்மிடம் இருக்கும் திறன்களில், திறமைகளில் ஒன்றாகவே பார்க்கிறான். பாரதியின் படைப்புகள் பாண்டிச்சேரி மண்ணில் புத்துயிர் பெற்றன என்றால் அது மிகையாகாத ஒன்றே ஆகும். வறுமை அவனுக்கு பழகிய நிலையாகவே இருந்தது. ஆனால் அவன் தனக்காக கடைசிவரை எதையும் சேர்த்து வைக்க விரும்பவில்லை. யார் வந்தாலும் பாரதியின் வீட்டில் சோறுண்டு என்ற நிலை நிலவியது. பல நேரங்களில் வந்தவர்களுக்கு சோறு போட்டுவிட்டு பசியோடு உறங்கியது பாரதியின் குடும்பம் என்பதை அவனுடைய வரலாறு சொல்லும். பாண்டிச்சேரி புஷ் வண்டிக்காரர் களுக்கு பாரதி வந்தாலே கொண்டாட்டமாகவே இருந்தது. அவனிடம் பணம் கேட்க மாட்டார்கள். மாறாக பாரதியை பாட்டு பாடச் சொல்லி கேட்பதுண்டு. பாரதியின் பாடல்களுக்கு முதல் ரசிகர்கள் அவர்களே.

காலையில் கம்பீரமாக பீதாம்பரம் போல ஆடை அணிந்து செல்லும் பாரதி மாலை வீடு திரும்பும்போது பெரும்பாலான நேரங்களில் தன்னுடைய ஆடைகளில் ஏதேனும் ஒரு பகுதியை தானமாக கொடுத்து விட்டு வருவாராம். கொடுக்கும் கைகள் உயர்ந்து நிற்கும். யாசிக்கும் கைகள் தாழ்ந்து நிற்கும் என்பதால் பாரதி யாரிடமும் யாசித்ததில்லை.

பாரதியின் கவிதைகளைப் பாராட்டி அவருடைய நண்பர்கள் ஒருமுறை பணமுடிப்பு கொடுக்க முனைந்த போது கூட "நீங்கள் அதை மேசையில் வைத்து விடுங்கள். நான் எடுத்துக் கொள்கிறேன்" என்றானாம். காரணம், வாங்கும்போது கூட தனது கைகள் தாழ்ந்து விடக்கூடாது என்பதற்காகவே ஆகும். அத்தனை கம்பீரம் பாரதிக்கு.

காக்கைக்கும் குருவிகளுக்கும் அவனுடைய வீட்டு முற்றமே சாப்பாட்டு அறையாக விளங்கியது. ஈகையை திறனாக பார்த்ததாலே அவன் நிரம்பிய செல்வம் உடையவர்களைப் பணக்காரர்களாக பார்க்கவில்லை. மாறாக அடுத்தவருக்கு கொடுத்து வாழும் நபர்களையே கைதொழுது நின்றான். பணம் சேர்த்து வைப்பது திறமையல்ல. அதை வாழ்வை தொலைத்து நிற்கும் ஏழைகளை வாழ்விக்க பயன்படுத்திட உதவி செய்ய செலவழிக்க பயன்படுத்திட வேண்டும் என்பதை வலியுறுத்தி வந்தவன்.

**வயிற்றுக்கு சோறிடல் வேண்டும் - இங்கு
வாழும் மனிதருக்கு எல்லாம்**

என்ற வாசகம் போதும் பாரதியின் ஈகை பற்றிய பார்வைக்கு...

உங்களிடம் தேவைக்கு அதிகமாக இருக்கும் நல்லவற்றை அடுத்தவர்க்கு வழங்குங்கள். அது பணமாகவோ பொருளாகவோ மட்டுமே இருக்க வேண்டும் என்ற அவசியமில்லை. நல்ல எண்ணங் களாகவோ நம்பிக்கையாகவோ இருக்கலாம்.

**உங்களிடமுள்ள நல்லவற்றை வழங்குங்கள்
அது இல்லாதவருக்கு**

- *சதா பாரதி*

5. உடலினை உறுதி செய்

உடம்பை வளர்த்தேன்
உயிர் வளர்த்தேனே

என்பார் திருமூலர்.

சுவர் இருந்தால்தான் சித்திரம் வரைய முடியும் என்பார்கள். உங்கள் உடலினை திடமாக வைத்திருந்தாலே உள்ளம் உற்சாகமாய் இருக்கும் என்பதே பாரதியின் பார்வையாகும். சற்றே மெலிதான தேகம் கொண்ட பாரதிக்கு உடல் வலிமை பெற என்ன செய்யலாம் என்ற எண்ணம் எப்போதும் உண்டு. காசி நகரில் அவனது அடையாளங்களை ஏற்கும் போதே சீக்கிய நபர்கள் கையில் வைத்திருந்த கத்தி, அவர்களின் கையில் வைத்திருந்த சிறிய கம்பு ஆகியவற்றை எப்படி கையாளுவது என்பதையும் கேட்டு தெரிந்து கொள்வானாம். நமது ஊரிலே பயில்வான்கள் தூக்கி சுற்றும் கர்லா கட்டைகளை தூக்கி சுற்றுதல், வ.வே.சு அய்யரிடம் சிலம்பு கற்றல் என்ற வகையில் தனது உடலினை உறுதி செய்வதில் அவனது எண்ணம் நிறைந்திருந்தது.

பராசக்தியிடம்கூட
மனம் வேண்டிய படி செல்லும் உடல் கேட்டேன்

என்பான் பாரதி...

மனம் நினைத்ததை செய்ய வேண்டுமெனில் அதன் கருவியாகிய உடல் பலமோடு இருக்க வேண்டியது அவசியம். உடலும் மனதும் வலிமையோடு இருந்தால்தான் நாம் நினைப்பவைகளை எளிதாக அடைய இயலும். யானையால் தாக்குண்ட பாரதிக்கு மனம் வலுவாக இருந்தாலும் வறுமை காரணமாக அவனது உடல் ஒத்துழைக்கவில்லை. படுக்கையில் கூட சுதந்திரம் ஒன்றையே குறிக்கோளாகக் கொண்டு கனவு கண்டவன். அவனது உடல் வலிமையை இன்னும் கம்பீரப் படுத்தும் முயற்சியே அவன் கோட் அணிந்தது என்றும் கூறுவார்கள்... உடல் கம்பீரமான நிலையினை அடைகையில் மனம் சொல்வதை அது கேட்க ஆரம்பிக்கும்... இரு கைகளையும் அவன் வீசி நடக்கும் நடையில் அத்தனை வலிமை இருக்கும்

தேம்பியழுங் குழந்தை நொண்டி -
திடம்கொண்டு போராடு பாப்பா

என்பான் பாரதி.

மனவலிமை இருக்கும் இடத்தில் உடல் தானாகவே வலிமை அடையும். நம்முடைய மிகப்பெரிய சாதனைகள் அனைத்திற்கும் அடிப்படையாக இருப்பது நம்முடையே உடலே ஆகும். சித்தர்கள் அனைவருமே நம்முடைய உடலை இறைவன் குடியிருக்கும் ஆலயமாகவே கருதி வழிபட கூறினார். உடல் வலிமையாக இருக்கும்போதே மனமும் வலிமை அடைவது போன்ற உணர்வு நமக்குள்ளே ஏற்படும்.

சுவர் இருந்தால்தான் சித்திரம் வரைய முடியும் என்பது நம்முடைய முதுமொழி. உலகிலேயே உடலை இறைவனாக நேசித்த பெருமையும் இன்பமும் நமக்கே உண்டு...

உறுதி செய்வோம் உடலினை
உலகை ஆள்வோம் மனதால்

- சதா பாரதி

6. ஊண் மிக விரும்பு

உழவுக்கும் தொழிலுக்கும் வந்தனை செய்வோம் என்பான் பாரதி.

    இந்த உலக இயந்திரம் பசியினாலும் சுற்றுகிறது என்றால் மிகை ஆகாது. ஊண் என்றால் உணவு. பாரதி புதிய ஆத்திசூடி வரிசையே அவனது புலமையைக் காட்டி விடும். உடலினை உறுதி செய் என்று சொல்லி விட்டு ஊண் மிகவும் விரும்பச் சொல்கிறான். எண்ணங்களின் வலிமை அன்னங்களில் (உணவு) இருந்தே தொடங்கும் என்பார்கள் நமது பெரியவர்கள். நமக்கு கிடைக்கும் உணவினை வீணாக்காமல் அதை ருசித்து உண்ணுதல் அவசியமாகிறது. இன்றைய நவீன உலகில் அவசர அவசரமாக உணவினை உட்கொள்ளுதலே நமது உடல் வலிமையை குறைத்து நம்மை நோயாளிகளாக மாற்றி விடுகின்றன. உங்களுக்கு மிக பிடித்த உணவு எது என்பதை பட்டியலிடுங்கள். ஏன் அந்த உணவு உங்களுக்கு பிடித்திருக்கும் என்று ஆராய்ந்து பார்த்தால் அதன் சுவையை விட முதன்முதலாக அதை உட்கொள்கையில் அமைந்த மகிழ்வான சூழலும் காரணமாகவே இருந்திருக்கும். இன்றுவரை சில உணவுகள்

பிடிக்காமல் இருப்பதற்கு காரணமும் எதிர்மறைச் சூழலில் அந்த உணவு நீங்கள் விரும்பாத நேரத்தில் கொடுக்கப்பட்டிருக்கும்.

நமது ஊரில் உள்ள குழந்தைகளுக்கு வளரும் போது தினமும் விதவிதமான உணவுகள் கொடுத்து பழகுவதே அது எல்லா உணவு களையும் ஏற்றுக் கொண்டு விரும்பி உண்ண வேண்டும் என்பதற்காகவே என்ற உண்மை அறிதல் அவசியம். உண்ணும் உணவினை ரசித்து உண்பவன் ஒவ்வொரு செயலிலும் ரசனை உடையவனாக இருப்பான் என்பதை உலகம் அறியும். பாரதியும் அப்படித்தான். தனக்கு உணவில்லை என்ற போதும் காக்கைக்கும் குருவிக்கும் உணவு படைத்தவன். யார் வீட்டு உணவாக இருந்தாலும் அன்பாக கொடுக்கையில் அமிர்தம் போல பருகியவன்.

'தனியொரு மனிதருக்கு உணவில்லை எனில்
ஜகத்தினைஅழித்திடுவோம்'

என்று அவன் கொக்கரித்ததுமே அவனது உணவு பற்றிய மனநிலையை படம் பிடித்து காட்டும்...

விருப்பமின்றி உண்ணும்
உணவுகூட
ஜீரணிப்பதில்லை - சதாபாரதி

இன்றளவும் உலகம் முழுவதும் ஏராளமானவர்கள் ஒருவேளை மட்டுமே உணவு உண்டு வாழும் பரிதாப நிலை கண்டுவருகிறோம். இன்னமும் நாம் உணவை வீணாக்கி வருகிறோம் என்ற கொடுமையையும் சந்தித்து வருகிறோம்

'பசியோடு இருப்பவனிடம் பாகவதம் பேசாதே' என்பார்கள் நம்முடைய முன்னோர்கள். பசியினைப் போக்குவதே தன்னுடைய முதல்வேலையாக கொண்டவன் பாரதி. எல்லா ஜீவராசிகளும் இனிமையோடு வாழ வேண்டும் என்றால் பசிப்பிணி இல்லாத உலகத்தை படைப்போம். நமக்கு கிடைக்கும் உணவினை வீணாக்காமல் அடுத்தவருடைய பசியினையும் போக்க வேண்டும் என்ற எண்ணத்திலும் நாம் உண்ண வேண்டும்.

உணவே உணர்வின் அடித்தளம்

7. எண்ணுவது உயர்வு

உள்ளங்களே

உங்கள் உயரங்களை தீர்மானிக்கும்

- சதா பாரதி

உங்கள் உயரங்கள் எல்லாமே உங்கள் எண்ணங்களால் தீர்மானிக்கப்படுகிறது என்றால் அது மிகையாகாது. பாரதியை விட பெரிய தீர்க்க தரிசி இங்கே யாருமில்லை என்றே கூறலாம். சுதந்திரம் பெறுவதற்கு 30 வருடங்களுக்கு முன்பே சுதந்திரம் அடைந்ததாக நினைத்து,

'ஆடுவோமே பள்ளு பாடுவோமே'

என்று கொண்டாடிக் கூத்தாடியவன்.

தன்னை ஒரு கவியரசனாகவே சிருஷ்டித்து வாழ்ந்தவன். மார்கோனி கண்டுபிடித்த வானொலி கனவு பாரதின் வரிகளில் இருந்தது. காசி நகர்ப் புலவர் பேசும் உரை காஞ்சியில் கேட்பதற்கு கருவி வேண்டும் என்று கூறியவன். சிங்களத்தீவினுக்கோர் பாலம் அமைப்போம் என்ற சேது சமுத்திரக் கனவைப் பாடியவன். அவனது எண்ணங்கள் எல்லாமே உயர்வானதாகவே இருந்தன. நம்மையும் அவ்வாறே

எண்ணச் சொல்கிறான். எண்ணிய முடிதல் வேண்டும் என ஆரம்பித்து அடுத்த வரி நல்லவை எண்ணல் வேண்டும் என்பான். நல்ல எண்ணங்களோடு முயற்சி செய்தால் நினைப்பவைகள் எல்லாம் நல்லதாக முடியும் என்பதே பாரதியின் வரிகள் சொல்லும் உண்மையாகும். உங்களைச் சுற்றி- இருக்கும் பொருட்களைப் பாருங்கள். அவைகள் யாவுமே யாரோ ஒருவரின் எண்ணத்தில் உதித்தவைகளே என்பதை மனதிலே இருத்துங்கள். தினசரி பத்திரிகை போட்டபோது 'இந்த பத்திரிகை என் பேரையும் ஒரு நாள் தலைப்புச் செய்தியாக இடும்' என்ற நம்பிக்கைதான் இந்தியாவின் கடைக்கோடியில் பிறந்த கலாம் அவர்களை முதல் மகனாக மாற்றியது. உங்கள் நல்ல எண்ணங்களில் உறுதியாக இருங்கள். அவைபற்றிய சிந்தனைகளோடு செயலாற்றி வாருங்கள். வெற்றி ஒரு நாள் உங்கள் காலடி தேடிவரும். உயர்வான எண்ணங்களே நம்மை அடுத்த நிலை நோக்கி கொண்டு செல்லும். உயர்ந்த தத்துவங்களை தனது வாழ்க்கையின் மூலம் வெளிப்படுத்தியவன் பாரதி. தனது நடை, உடை, பாவனை, சொற்கள் அனைத்திலுமே ஓர் உயர்ந்த பீடத்தில் அமர்ந்த அரசனின் கம்பீரத்தை வெளிப்படுத்தினான். வறுமை அவனது வாழ்க்கையில் இருந்தது. ஒரு போதும் வார்த்தைகளில் இல்லை...

உங்கள் ஒவ்வொரு அசைவிலும் நம்பிக்கையை வெளிப்படுத்துங்கள். அடுத்தவர் பார்வையில் தலைவராகத் தெரிவீர்கள்.

நம்முடைய இன்றைய உயர்வுக்குக் காரணம் நேற்று வரை செய்த முயற்சியும் உழைப்புமே ஆகும். எண்ணங்கள் அனைத்தும் உயர்வானதாக இருக்கும்போதே நம்முடைய செயல்கள் வலுப்படும். ஒவ்வொரு முறையும் நம்மால் இந்த சமூகம் வலுப்பெற வேண்டும் என்ற சிந்தனை நமக்கு இருக்க வேண்டும். மிகச்சிறிய சாதாரண புறக்கணிப்புகளை நாம் ஒரு பொருட்டாக நினையாமல் உயர்ந்த இலட்சியத்தை நோக்கிய நம்முடைய பார்வையில் நாம் தெளிவாக இருத்தல் அவசியமாகிறது.

உள்ளங்களைப் பொறுத்தே
வாழ்வின் உயரங்கள் அமைகின்றன — சதா பாரதி

8. ஏறுபோல் நட

உங்கள் அசைவுகளிலே ஒளிந்திருக்கும்
உங்களின் ஆளுமைகள்

— சதா பாரதி

'என் நடையைப் பார்த்தே எடை போடும் நடுவர் அவர்களே' என்று பேச்சுப் போட்டிகளில் பேச அழைக்கும் போது கம்பீர நடை நடந்து மேடை யேறியது ஞாபகம் வருகிறது. ஏறு என்றால் சிங்கம். பிடரியோடு கம்பீரமாகக் காட்சியளிக்கும் ஆண் சிங்கத்தை குறிப்பதாகும். ஏறு என்பதற்கு சில ஆண் விலங்குகளுக்கான பொதுப் பெயராகவும் வழங்கப் பட்டு வருகிறது. பாரதிக்கு சிங்கத்தின் மீது ஒரு பிரியம் உண்டல்லவா? 'ஏ சிங்க ராஜாவே நான் கவிராஜன் வந்திருக்கிறேன்' என்று திருவனந்தபுரம் மிருக காட்சி சாலையில் சிங்கத்திடம் தன்னை இறுமாப்போடு அறிமுகம் செய்தவன் பாரதி...

பிடரி தெறிக்க சிங்கம் நடந்து வருவதைப்போன்ற கம்பீர நடை பாரதிக்கு. யாரேனும் கூனி நடந்தால் அவருக்குப் பிடிக்காது. 'நிமிர்ந்த நன்னடை' என்றே

புதுமைப் பெண்ணை அறிமுகம் செய்கிறான். நடையில் உள்ள கம்பீரமே உங்கள் ஆளுமையை காட்டிவிடும் என்பதில் ஈடில்லா நம்பிக்கை பாரதிக்கு...

உங்களுக்கான ஆடையோடு கம்பீரமாக நடந்து பாருங்கள். உங்கள் வலிமை உங்களுக்குப் புரியும். நட என்பதை வெறும் நடையாக மட்டுமே கொள்ளக் கூடாது. காலால் நடப்பவைகள் கால்நடைகள். நாம் மனதால் நடப்பதாலே மனிதர்கள் என்று அழைக்கப்படுகிறோம். உங்கள் கம்பீர நடை, ஏறு போன்ற நடை எப்போது வரும்? உண்மையும் நேர்மையும் உங்களோடு இருக்கும் போதே வரும்... யாருக்கும் அஞ்சாத ஞானச்செருக்கு இருந்தால் அது உங்களோடு வரும்...

இன்றைய உடல் மொழி சொல்லிக் கொடுக்கும் நிபுணர் களுக்கெல்லாம் அடிப்படை பாடம்தான் இந்த வரிகள்...

உங்கள் நடை உங்களை யாரென்று அடையாளம் காட்டும். ஏறுபோல் நடந்து பாருங்கள்.

ஏறு போல் நடப்பதை கம்பீரமாய் நடப்பதாகவே பாரதி கூறுகிறான். நல்ல மிகச்சிறந்த நம்பிக்கை கொண்டு நடக்கும்போது உடல் மட்டுமல்ல உள்ளமும் நமக்கு வழிவிடும். மனத்தால் நடப்பதாலே நாம் மனிதர்கள் ஆகிறோம். மிக சாதாரண மனிதருக் குள்ளும் அன்பும் நம்பிக்கையும் பொங்கி வழியும்போது நடையில் கம்பீரம் தெறிக்க ஆரம்பிக்கும். நம்முடைய கம்பீரம் நடத்தையில் தொடரும்போது நாம் மிகச் சிறந்த மனிதர்களாக வலம் வர இயலும். ஒவ்வொரு முறையும் பாரதி தன் நடையில் மட்டுமல்ல உள்ளொளி நிரம்பிய மனதோடு நடக்க ஆரம்பித்தான். அவ்வாறே அனைவரும் நடக்க வேண்டுமென விரும்பினான்.

கம்பீரம் என்பது நடைமட்டுமல்ல
நடத்தையும்தான்

- சதா பாரதி

9. ஐம்பொறி ஆட்சி கொள்

''கள்ளப் புலனைந்தும் காளா மணிவிளக்கே''

என்பார் திருமூலர்.

புலன்கள் எப்போதும் அது செய்ய வேண்டியதைச் செய்ய மனதினைத் தூண்டும். நமது ஐம்பொறிகளின் செயல்பாடுகளே நம்மை மற்றவர்களிடம் அடையாளம் காட்டும். ஐம்புலன்களை நாம் ஆட்சி செய்ய வேண்டும் என்கிறான் பாரதி. கவிதைகளை பாரதி ராகத்தோடு சொல்லும் போது அவனுடைய கம்பீரத்தை பார்க்க கண்கோடி வேண்டும் என்கிறார் வ.ரா.

நமது புலன்களை அடக்கி வைக்க வேண்டும் என்பதிலே பாரதிக்கு உடன்பாடு இல்லை. அதனை ஆளவேண்டும் என்கிறான். நமது கட்டுபாட்டுக்குள் புலன்கள் இருத்தல் அவசியம். புலன்களின் கட்டுபாட்டுக்குள் நாம் சென்று விட்டால் அது விபரீத விளைவுகளை ஏற்படுத்திவிடும். மனித உடல் அமைப்பு மற்றும் செயல்பாட்டினை இன்றைய விஞ்ஞானிகள் ஆச்சரியத்தோடு ஆராய்ச்சி செய்து வருகின்றனர். ரோபோ போன்ற அமைப்பில் செய்தாலும் அதற்கு உணர்வு ஊட்டுவது கற்பனைக்கு எட்டாத ஒன்றாகவே அமைந்து விடுகிறது. காரணம் எண்ணம், சொல்,

செயல் ஆகியன ஒரே நேர்கோட்டில் அமையும்போதே நாம் சாதனையாளராக பரிணமிக்க முடியும். நம்முடைய புலன்களை சரியான முறையில் பயன்படுத்தினாலே அது சாத்தியமாகும் என்பது பாரதியின் கருத்தாகும்.

பொறியற்ற விலங்குகள் போல

என்றே பாடல் ஒன்றில் கோபம் கொள்ளும்போதே தெரிகிறது ஐம்புலன்களை பாரதி நேசித்த விதமும் பயன்படுத்திய விதமும்... புலன்கள் ஆளப்பட வேண்டியது. ஐம்புலன்களை ஆட்சி செய்பவனே மனித நிலை கடந்து ஞானியாக முடியும்.

புதிய முகம் காட்ட
புலன்களை ஆட்சி செய்யுங்கள் — *சதா பாரதி*

ஐம்பொறிகள் நம்முடைய கட்டுப்பாட்டில் இருக்க வேண்டும். அதை அடக்கி ஆள வேண்டும் என்ற அவசியமில்லை. ஒவ்வொரு உறுப்பும் நம்முடைய ஆளுமைகளை வெளிபடுத்தும். தேவையின்றியும் அளவுக்கு அதிகமாகவும் நாம் புலன்களை பயன்படுத்தாமல் அதை நெறிப்படுத்துவது அவசியமாகும். பாரதி தன்னுடைய ஆசைகளை பட்டியலிட்டு பராசக்தியிடம் வேண்டும்போது முதலில் வேண்டுவதே தன்னுடைய புலன்கள் தனது கட்டுப்பாட்டில் இருக்க வேண்டும் என்பதாகவே இருந்தது.

புலன்களை ஆள்வோம்
புதிய உலகம் படைப்போம் — *சதா பாரதி*

10. ஒற்றுமை வலிமையாம்

மன்னும் இமயமலை எங்கள் மலையே

என்ற வரிகளை கம்பீரமாகப் பாடியவன் பாரதி.

இங்கே இருக்கும் அனைவரையும் இந்தியராக நினைத்தவன். மதம், சாதி, மொழி இனம் கடந்து அனைவரும் இந்திய தேசத்தின் விடுதலைக்குப் பாடுபட வேண்டும். பரங்கியரை பந்தாட வேண்டும் என்ற ஒற்றை நோக்கமும் நம்முடைய மக்கள் மட்டுமன்றி, உலக மக்கள் அனைவரும் பஞ்சமும் பசியுமின்றி வாழ வேண்டும் என்பதையே தன்னுடைய வாழ்நாள் குறிக்கோளாகவும் கொண்டு பாடியவன் பாரதி.

வெள்ளை நிறத்தொரு பூனை
என் வீட்டில் வளருது கண்டீர்
பிள்ளைகள் பெற்றது பூனை - அவை
பேருக்கு ஒரு நிறமாகும்.

என்ற வரிகளே அவனது ஒற்றுமைக்கு கட்டியம் கூறுவனவாகும்.

சுதந்திர போராட்டக் களத்தில் மிகப்பெரிய சவாலாக இருந்தது. மக்களை ஒன்றுபடுத்துவதே ஆகும். எண்ணிக்கையில் மிகக்குறைவான நபர்களை வைத்துக் கொண்டு இந்தியாவையே அடிமையாக்கிய வெள்ளைக்காரர்களின் ஒருவகையான தந்திரமே பிரித்தாளும் சூழ்ச்சி ஆகும். அதை எதிர்த்து மக்களை ஒன்று திரட்டினால்தான் சுதந்திரம் கிடைக்கும் என்பதை உணர்ந்தவன் பாரதி

''ஆயிரம் உண்டிங்கு சாதி - இதில்
அந்நியர் வந்து புகல் என்ன நீதி?''

என்றே அந்நியருக்கு எதிராகப் பொங்கியவன் பாரதி.

நமக்குள்ளே இருக்கும் கருத்து வேறுபாடுகளை நாம் சரி செய்து கொள்ளலாம். இதை பயன்படுத்தி அடிமைப்பட வைத்த வெள்ளையனை விரட்டி அடிப்போம் என்பதே அவனுடைய தாரக மந்திரமாகவே இருந்தது. சாதிகளாலும் மதங்களாலும் பிளவு பட்டு விடக்கூடாது என்பதற்காகவே இந்தியாவை முழுமையாக பாடினான்

கங்கை நதிப்புறக் கோதுமைப் பண்டம்
காவிரி வெற்றிலைக்கு மாறுகொள்வோம் - சிங்க
மராட்டியர்தம் கவிதை கொண்டு
சேரத்து தந்தங்கள் பரிசளிப்போம்

என்றே உரக்கச் சொல்லி ஒற்றுமையை வலியுறுத்தினான்.

எந்த ஒரு தேசமும் முன்னேற்றப் பாதையில் செல்ல வேண்டும் எனில் அந்த தேசத்தின் மக்களிடையே பிளவுகள் இருக்கக் கூடாது. சாதி, மத, மொழி உணர்வுகளைக் கடந்து இந்த தேச நலன், உலக நலன் நோக்கிய பரந்து பட்ட பார்வை வேண்டும். அதுவே பாரதி விரும்பிய ஒற்றுமை ஆகும்.

இன்றைய சூழலில் நாட்டிற்க்கும் நமக்கும் மிக அவசியமான ஒன்றே ஒற்றுமையாகும். ஒவ்வொரு மனிதரும் தனிதனி எண்ணங்களால் விளங்குகிறோம். நமக்குள்ளே பல்வேறு பிளவுகள் இருந்தாலும் நாம் ஒற்றுமையால் அனைவரையும் இணைக்க வேண்டும். தேசம் மொழி இனம் ஆகியவைகளும் நம்மை பிரிக்கின்றன. ஆனால் இவை யாவையும் கடந்து மனிதம் போற்றுவதே நமது வேலையாகும் என்கிறான் பாரதி.

ஒற்றுமை தான் அனைவருக்கும் உகந்தது.

11. ஓய்தல் ஒழி

ஓடிவிளையாடு பாப்பா - நீ
ஓய்ந்திருக்க லாகாது பாப்பா

பாப்பா பாடலின் முதல் வரிகளையே ஓடிவிளையாடு என்றே ஆரம்பிக்கிறான்.

ஓய்ந்திருத்தல் கூடாது என்பதை பாப்பாக்களிடமிருந்தே தொடங்குகிறான் பாரதி. சோம்பலாயிருத்தல் மனம் தளர்வுற்று இருத்தல் இவை யாவுமே பாரதிக்கு பிடிக்காத ஒன்று. உலகிலேயே தாலாட்டு பாடாத கவிஞன் பாரதி மட்டுமே. 'என் பாட்டு யாரையும் தூங்க வைக்க வேண்டாம். அறியாமையால் மூழ்கி தூங்கிக் கொண்டிருப்பவர்களை எழுப்பவே நான் பாடுவேன்' என்றான் பாரதி. இதனாலேயே பாரதமாதா திருப்பள்ளியெழுச்சி பாடி பாரத மாதாவையே தட்டி எழுப்பியவன்.

'எமக்குத் தொழில் கவிதை
நாட்டுக்கு உழைத்தல்
இமைப்பொழுதும்சோராதிருத்தல்'

என்ற வரிகளே பாரதியின் சுறுசுறுப்பை காட்டி விடும். இமைக்கும் நேரம் கூட நாம் சோம்பியிருத்தல்

உடலுக்கும் மனதிற்கும் நல்லதல்ல என்பதை உணர்ந்தவன். நமக்குக் கீழே இருந்தவர்கள் நமக்குச் சமமாக வந்து நம்மைவிட உயரத்திற்கு செல்கையில் நமக்கு சற்றே பொறாமை ஏற்படும். புலம்பியிருப்போம் 'அவன்லாம் எனக்கு சின்னப்பையன். அவனுக்கு பலநேரங்களில் தெரியாத பல விஷயங்களை சொல்லிக்கொடுத்திருக்கிறேன். இன்னைக்கு பெரிய இடத்துல இருக்கிறான்' என்ற விரக்தி புலம்பல்கள் ஒரு உண்மையைச் சொல்லும். நாம் இந்த நிலைக்கு வந்ததன் காரணம் சோம்பியிருத்தலே என்ற உண்மை நமக்கு தெரிய வரும்.ஒரு வேலையைத் நாம் தள்ளிப் போடுவதற்கு காரணம் அந்த வேலை தெரியாது என்பதற்காக மட்டுமல்ல. நமக்கு நன்றாகத் தெரிந்த செயல்களைக் கூட சோம்பலின் காரணமாக தள்ளிப் போடுவோம். அதே நேரத்தில் நாம் செய்ய நினைத்ததை வேறொருவர் செய்துவிட்டு மிகப்பெரிய பாராட்டுக்களை பெற்று நம்மைக் கடந்து சென்றிருப்பார். சோம்பல் மிகப்பெரிய பிணி என்பதை உணரவேண்டும். அதனை விட்டொழிக்க வேண்டும்.

நம்முடைய மிகப் பெரிய சாதனைகள் அனைத்தும் நாம் சோம்பல் இல்லாமல் போராடுவதில் இருந்தே தொடங்கியிருக்கும். கடைசி வரை சோம்பல் இல்லாமல் உழைப்பதில் இருந்தே நமது வெற்றிகள் உறுதி செய்ய இயலும். கடைசிவரை ஓய்வின்றி உழைத்தவனே பாரதி. படுக்கையில் இருந்த போது கூட பாரை உயர்த்தவே யோசித்துக் கொண்டிருந்தான். நம்முடைய முன்னேற்றத்திற்கு தடையாக விளங்கும் சோம்பலையும் தயக்கத்தையும் துடைத்தெறிய வேண்டும்.

எழுந்து நடங்கள்
உலகம் உங்களைத் தொடரும் — *- சதா பாரதி*

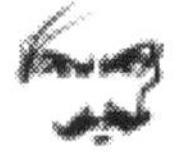

12. ஔடதம் குறை

நல்லதோர் வீணை செய்தே
அதை நலம் கெட புழுதியில் எறிவதுண்டோ?

என்பான் பாரதி.

இதனுடைய அர்த்தம் உள்ளீடாக பார்க்கும் போது அது பலவகையான அர்த்தத்தை நமக்கு சொல்லித் தரும். அதில் ஒன்றுதான் நம்முடைய உடல் குறித்த நிலையாகும். நம்முடைய உடலினை வீணையாக உருவகப் படுத்துவான். இந்த உடலானது வீணையின் நரம்புகள் போல சரியான பதத்தில் இருக்க வேண்டும். மிக அதிகமான எடைகொண்டோ குறைவான எடையிலோ இருத்தல் கூடாது. அவ்வாறு இருக்கும் போதுதான் நமக்கு எவ்வித நோயும் வாராத நிலை ஏற்படும். சரியான பதத்தில் கட்டப்பட்ட கம்பியில் இருந்து வரும் இசையினைப் போல நம்முடைய உடலும் நம்முடைய மனம் சொல்வதைப் போல மிக அழகான இசையோடு கூடிய வாழ்வை பெற்றுத் தரும். அதற்கு நாம் நம்முடைய உடலினை நோய்கள் தீண்டாதவாறு பார்த்துக்கொள்ள வேண்டும்

காலா என் காலருகில் வாடா
உன்னைச் சிறு புல்லென மிதிக்கிறேன்

என்ற பாரதியின் பாடல்கள் அவனுடைய இறப்பு நெருங்கும் தருணத்தில் மரணப் படுக்கையில் பாடப்பட்டதாகும். அப்போதுதான் அவன் தனக்கு அளிக்கப்பட்ட மருந்துகளை உட்கொள்ள முடியாது என்றே அடம்பிடித்தான். யானையின் தாக்குதலுக்கு ஆன பின்னரே பாரதியின் உடலில் ஏற்பட்ட ஊமைக் காயங்கள் அவனை அடுத்த ஒருவருடத்தில் வயிற்றுப்போக்கு வடிவிலே வந்து உயிரை வாங்கியது எனலாம். அப்போதும் சரி அதற்கு முன்னரும் சரி பாரதி எந்த நோய்க்கும் மருந்து உட்கொள்வதை தவிர்த்தே வந்தான். நம்முடைய மனம் சொல்படி கேட்கும் உடல் நமக்கு வாய்த்து விட்டால் நமக்கு நோய் வருவதில்லை.

நன்றாகப் பசித்த பின்னர் உணவருந்தி அந்த உணவு நன்கு செரித்த பின்னர் மீண்டும் அடுத்த வேலை உணவு அருந்தினாலே நமக்கு எவ்வித நோயும் வருவதில்லை. மருந்தும் தேவையில்லை என்ற வள்ளுவரின் வாக்கினை கடைப்பிடித்து வந்தவன் பாரதி. பல நேரங்களில் அவன் பசியோடு அலைந்தாலும் அவனுக்கு நோய் தீண்டியதில்லை. காரணம் அவன் மருந்துகளை நாடியதில்லை.

இன்றைய சூழலில் மருந்துகள் என்பது தவிர்க்க முடியாத ஒன்றாக மாறிவிட்டது. பல நேரங்களில் மருத்துவக் குறிப்புகளை வைத்துக் கொண்டு நாமே மருந்துகளை உட்கொள்ளும் பரிதாப நிலையும் இங்கே உள்ளது என்பதை மறுக்க முடியாது. இறைவனால் அளிக்கப்பட்ட அற்புதமான இந்த உடலை இயற்கையோடு நேசித்து பாதுகாத்தால் நமக்கு நோய்கள் வருவதற்கு வாய்ப்பில்லை. நோய்கள் வராத போது மருந்துகளுக்கு தேவை ஏற்படுவதில்லை.

மருந்துகள் இல்லாமலும் வாழ இயலாது
மருந்துகளால் மட்டுமே வாழ்ந்திட வேண்டாம்.

- *சதா பாரதி*

13. கற்றது ஒழுகு

காலம் ஒரு சிறந்த ஆசிரியன்
என்பார்கள் நம்முடைய முன்னோர்கள்.

வகுப்பறைப் பாடங்களை விட அனுபவங்கள் பல நேரங்களில் மிகச்சிறந்த ஆசிரியர்களாக இருப்பதுண்டு. பாரதி படித்ததை போல எவரும் படித்ததில்லை. ஆனால் பாரதிக்கோ ஓரிடத்தில் அமர்ந்து மனனம் செய்யும் பள்ளிப் படிப்பு பிடிக்கவில்லை. இயற்கையோடு இணைந்த பாடத்தையே விரும்பியவன். புத்தகப்புழுவாக இருக்க அவனுக்கு பிடித்தமும் இல்லை. ஆனால் அவனது ஞானத்திற்கு அளவில்லை. 7 மொழிகளுக்கு மேல் தெரிந்து வைத்திருந்தான். அவன் பாடும் கவிதைகளுக்கும் கீர்த்தனைகளுக்கும் மயங்காதவர்கள் யாருமில்லை.

சுதந்திரத் தீயை வளர்த்ததால் அவனது கவிதைகளுக்கும் தடை போட்டது ஆங்கிலேய அரசு... அனுபவம் மூலமாகவும் பல்கலையிலும் பயின்ற பாரதிக்கோ மனப்பாடம் பிடிப்பதில்லை... 'இளமையில் கல். இளமையில் கல்' என்ற படி உருப்போட்டு படித்து கொண்டிருந்ததை பார்த்து பாரதி "முதுமையில் மண்" என்றானாம்.

கல்வி பல புதியவற்றை கொடுக்க வேண்டுமென்று விரும்பியவன் பாரதி.

'சந்திர மண்டலத்தியல் கண்டு தெளிவோம்'

என்றளவில் இருந்தது அவனது ஞானம். தான் கற்றவற்றை தான் எழுதியவற்றை அடுத்தவரோடு பகிர்வதிலும் அடுத்தவருக்கு சொல்லிக் கொடுப்பதிலும் அத்தனை ஆர்வம் பாரதிக்கு இருந்தது. அவன் சொல்லும் வார்த்தைகளுக்கும் வாழ்க்கைக்கும் இடைவெளி இல்லாமல் வாழ்ந்தவன். சாத்திரங்கள் கற்றான். அவற்றிலிருந்த மூட வழக்கத்தைச் சாடினான். நல்லவற்றை ஏற்றான். நாம் கற்கும் கல்வி நாம் அதன் மூலம் பெற்ற அறிவால் நடந்து கொள்ளும் போதே முழுமையடைகிறது. அது புத்தக அறிவோ அனுபவ அறிவோ கற்றுக் கொண்டதோடு நில்லாமல் அதை தேவைப்படும் எல்லாருக்கும் அளிக்க வேண்டும். அதன் படி நடக்க வேண்டும்.

புரிந்து படித்தால் மட்டுமே கல்வி நமது மனதை எட்டும். நல்லவற்றை கற்போம். அதன் படி ஒழுகுவோம்.

கற்றதன் பயனே நாம் நமக்கும் பிறர்க்கும் பயனுடைய வாழ்வை வாழ்வதே ஆகும். நாம் படிக்கும் நூல்களும் நாம் சந்திக்கும் மனிதர்களும் நமக்கு பலவித அனுபவங்களை தருகின்றனர். மிகப்பெரிய தலைவர்கள் பலரும் புத்தகங்கள் மீது தீராத காதல் உடையவர்களாகவே இருந்துள்ளனர் ஒவ்வொரு முறையும் பாரதிக்கு மகிழ்ச்சியைத் தந்தது அவனுடைய இயற்கை நேசிப்பும் புத்தக வாசிப்புமே ஆகும். தன்னை மறந்த நிலையில் அவனுடைய புத்தக வாசிப்பு நிகழும். சிறு குழந்தைகளை கொஞ்சுவது போல அவன் புத்தகங்களை நேசித்தான். ஒவ்வொரு முறையும் அவன் வாசித்த நூல்களே அவனை மட்டுமல்லாமல் நம்மையும் வழிநடத்தியது ...

வாசிப்பு ஒரு மனிதனை பண்படுத்தும்.

14. காலம் அழியேல்

கவலைப் படாதீர்கள்
எல்லோர் ஆணவத்திற்கும்
காலம் பதில் சொல்லிவிடும்

– சதா பாரதி

காலமே எல்லாவற்றிற்கும் மருந்து என்பது நமது நம்பிக்கைகளில் ஒன்றாகும். ஆனால் அதற்காக முடங்கிப் போகாமல் அந்தந்த காலங்களில் எதை செயல்படுத்த வேண்டுமோ அதை செயல்படுத்தியாக வேண்டும். இறந்துபோனவர்களை தமிழில் காலமானார் என்று சொல்வார்கள். ஆம் அவர்கள் காலத்தோடு கலந்து போயிருக்கிறார்கள். வாழும்போது ஒவ்வொரு நிமிடமும் உணர்ந்து ரசனையோடு வாழ்ந்திருக்கிறார்கள். பாரதியும் அதைத்தான் விரும்பியிருக்கிறான்.

'கணந்தோறும் வியப்பு' என்றே வியந்திருக்கிறான். தான் எதிர்கொள்ளும் ஒவ்வொரு கணத்திலும் உள்ள புதியவற்றை ரசனையோடு எதிர்கொண்டான்

ரசனையான வாழ்க்கைக்கு வழி சொல்கிறான். காலம் இன்னமும் சிலரைக் கொண்டாடக் காரணமே

அவர்கள் காலமறிந்து ஆற்ற வேண்டிய செயல்களை சரியான முறையில் செய்ததே ஆகும். நாம் செய்யும் செயல்கள் காலத்தால் அழிந்து, மறந்து போகாமல் நிலைத்து இருக்க வேண்டும் என்பான் பாரதி. காலங்களை மீறி அவன் கண்ட கனவுகள் ஒவ்வொன்றாக நிறைவேறி வருகிறது என்பதே அவனுடைய தீர்க்க தரிசனத்திற்குச் சான்றாகும்... கடந்த காலத்தை தூக்கி சுமந்து கொண்டிருப்பவர்களையும் எந்த உறுதியுமில்லாத எதிர் காலம் பற்றிய சிந்தனை எதிர்நோக்கி இருப்பவர்களையும் காலம் மறந்து விடும். நிகழ்காலத்தில் வாழ்க்கையைக் கொண்டாடி மகிழ்ந்து செயலாற்றுபவர்களையே காலத்தை தாண்டி இந்த உலகம் ஞாபகம் வைத்துக் கொள்ளும். காலத்தால் அழிக்க இயலாத செயல்களை செய்யுங்கள் நிகழ்காலங்களில்...

காலத்தைக்கொண்டாடுங்கள்
காலம் உங்களை கொண்டாடும் - சதா பாரதி

பருவத்தே பயிர் செய்

என்பது நம்முடைய மூதாதையின் மொழியாகும். நாம் செய்யும் செயல்களையும் சிந்தனைகளையும் காலத்துக்கு ஏற்ற வகையில் மாற்றிக் கொள்வதே நலம் பயக்கும். எந்த சூழலாக இருந்தாலும் அதில் நாம் நம்முடைய நேர்மையையும் சுயத்தையும் விட்டுக் கொடுக்காமல் நடந்திட முயல வேண்டும். காலம் தாண்டி சிந்திப்பவர்களையே படைப்பாளர்கள் என்கிறோம். பாரதியும் காலம் தாண்டி சிந்தனை செய்தவன் என்பதற்கு அவனுடையே கவிதைகளையே சாட்சியாக கூறலாம்.

நாம் இந்த மண்ணைவிட்டு பிரிந்தாலும் நம்முடைய சிந்தனைகளும் செயல்களும் சாதனைகளும் மண் உள்ளவரை நிலைத்து நிற்கும்.

மண் பயனுற வேண்டும்.

15. கிளை பல தாங்கேல்

உறவுகளை நேசியுங்கள்
அவர்களையும் யோசிக்க செய்யுங்கள்

- சதா பாரதி

'நான்தான் இந்த குடும்பத்தையே தாங்கி நிக்குறேன்' 'இவர்தான் எங்க குடும்பத்தோட ஆலமரம்' என்ற வசனங்கள் அடிக்கடி கேட்டு வருகிறோம். அதிகமான கிளைகளைத் தாங்கி நிற்கும் மரங்களும் மனிதர்களும் வீழ்கையில் மிகப்பெரிய இழப்புகளை சந்திக்க நேரிடும். 'அவரு இருந்த வரைக்கும் பிரச்சினை இல்லாம இருந்தது. இனிமே என்னதான் பண்ணப் போறேனு தெரியல' என்ற புலம்பல்களை காதில் கேட்கும் போது பரிதாபமான உணர்வு வருவதைவிட அவர்களின் இயலாமையைக் கண்டு வருத்தமே வருகிறது. பெரியவர்களோடு இருக்கும் போது வேலைகளை கற்றுக் கொள்ள விருப்பமில்லாது சோம்பலாக திரிந்து விட்டு புலம்புதல் வேதனைக் குரியதே. இதனையே பாரதியும் கூறுகிறான். உறவு களுக்கு சரியான வழிகாட்டி அவர்களுடைய சுய சிந்தனையில் வாழ வழிசெய்துதர வேண்டும். சின்னச் சின்ன விஷயங்களை எல்லாம் பெரிதுபடுத்தி

அவர்களை பாதுகாப்பு என்ற பெயரில் அடிமைப்படுத்துதல் கூடாது. ‘பெண்கள் சுய சிந்தனையோடு செயல்படுதல் அவசியம். கணவர்களின் அடிமையல்ல பெண்’ என்றே கூறிவந்தவன். எப்போதும் அடுத்தவரை எதிர்பார்த்து வாழ்தலும், எல்லாவற்றையும் பெரியவர்கள் பார்த்துக் கொள்வார்கள் என்ற வகையிலான பொறுப்பற்ற வாழ்க்கையும் கூடாது என்பான் பாரதி.

பாரம் சுமக்கும் வண்டி கூட ஒரு குறிப்பிட்ட பாரத்திற்குமேல் தாங்க இயலாது. அதுபோலவே அத்தனை உறவுகளோடும் நட்புறவோடு இருக்கலாம். ஆனால் அத்தனை பேரையும் தாங்கி நிற்பேன் என்ற நிலை எடுத்தல் ஆபத்தானது. அது உங்கள் சுதந்திரத்தை மட்டுமில்லாமல் அடுத்தவரின் சுய சிந்தனையையும் சிதைப்பதாகும். ஒவ்வொரு மனிதருக்கும் தனிப்பட்ட வாழ்க்கை என்று இருக்கிறது. பறவைகளும் விலங்குகளும் கூட ஒருகுறிப்பிட்ட வயதிற்கு பிறகு தனது சந்ததியினை சுய சிந்தனையோடு வாழ அனுமதிக்கிறது. நாமோ அவர்களை பாதுகாக்கிறோம் என்ற போர்வையில் நம்முடைய சிந்தனைகளையும் அனுபவங்களையும் அவர்கள் மீது திணித்து அவர்களை காயப்படுத்தி விடுகிறோம். வாழ்வை காட்டி விடுங்கள். அவர்கள் வாழ்ந்து பார்க்கட்டும்.

உங்கள் அனுபவங்களை
அடுத்தவர்மீது திணிக்காதீர்கள்
வாழ்க்கை வித்தியாசமானது

உறவுகளை நேசிக்கத் தொடங்கும்போதே நம்முடைய வாழ்வு சிறக்க ஆரம்பிக்கும். ஆனால் அனைவரையும் நானே தாங்குவேன் என்ற நிலையில் பலருடைய சுயத்தை நம்மை அறியாமல் நாமே அழிக்கும் செயலைச் செய்கிறோம் . அவரவருக்கான சிந்தனைகளுக்கு இடமளித்து அனைவரையும் சுதந்திராமான மனிதர்களாக, சிறந்த மனிதர்களாக வாழ்வதற்கான வழி செய்ய வேண்டும்.

தனி மரம் தோப்பாகாது

என்பது நாம் அறிந்த ஒன்றுதான். ஆனால் ஒவ்வொரு மரமும் சிறப்பாக இருந்தால்தான் தோப்பு சாத்தியமாகும்.

16. கீழோர்க்கு அஞ்சல்

அச்சம் தவிர் என ஆரம்பிக்கும் பாரதி ஆறுவது சினம் என்று ஔவையார் கூறும் போது ரௌத்திரம் பழகு என்றே கொக்கரிக்கிறான். சமூகம் மீது தீராத ஒரு கோபத்தின் வெளிப்பாடு அவனது பாடல்களில் காணலாம்.

தீய செயல்களையும் கீழான மனிதர்களையும் சுட்டெரித்தது அவனுடைய வரிகள். தம்மைத் தொடர்ந்து வந்த ஒற்றர்களை அடையாளம் கண்டு 'நாயும் பிழைக்கும் இந்த பிழைப்பு' என்பான் பாரதி. அவனது கோபக்கனல் கவிதைகளாக வெளிப்பட்ட போதே அவனது கவிதைகள் தடைசெய்யப்பட்டன. யாரிடம் சொன்னால் நடக்கும் என்பதை பாரதி உணர்ந்திருந்தான். அவனது பாப்பா பாடலிலே சொல்லியிருப்பான் குழந்தைகளிடம்

'பாதகம்செய்பவரைக்கண்டால்-,நீ
பயங்கொள்ளலாகாது பாப்பா'

என்பதோடு நில்லாமல் ஒருபடி மேலே சென்று

'மோதிமிதித்துவிடு - அவர்
முகத்தில் உமிழ்ந்து விடு பாப்பா'

என்றே தைரியமூட்டுகிறான்.

எந்தச் சூழலிலும் நாம் கீழோர்க்கு அஞ்சிவிடக்கூடாது. அவர்களை எதிர் கொள்ள வேண்டும், நம்முடைய முழுமனபலத்தோடு என்பான் பாரதி. இன்றைய சூழலில் தேவையான ஒரு வாசகமே இது. நம்மைச் சுற்றி நடக்கும் அநியாயங்களை தட்டிக் கேட்காமல் மௌனித்து கடப்பதைவிட கோழைத்தனம் வேறில்லை. ஆயிரம் விட்டில் பூச்சிகள் சேர்ந்தாலும் அகல்விளக்கை அணைத்து விட முடியாது என்ற நம்பிக்கையோடு செயல்படுங்கள். கீழ்த்தரமான செயல்களை செய்யாவிட்டாலும் அவ்வாறு செய்பவர்களை எதிர்க்காமல் ஆதரிப்பதும் ஒருவகை குற்றமே.

**குற்றங்களைக் கண்டும்
எதிர்க்காமல் இருப்பவனும்
குற்றவாளியே**
                                                        - சதா பாரதி

இந்த உலகம் விசித்திரமானது. நல்லவற்றை செய்வதற்கும் உண்மையை பேசுவதற்குமே பலரும் தயங்கி வருகிறார்கள். தீமைகளைச் செய்வதற்கு எவ்வித தயக்கமும் காட்டுவதில்லை. ஆனாலும் ஒரு சிறு தீக்குச்சி மிகப்பெரிய இருட்டை கிழித்துவிடும் என்பதே அனைவரும் அறிந்த உண்மை.

தழல் வீரத்தில் குஞ்சென்றும் மூபென்றும் உண்டோ ?

என்றபடி பாரதியும் கூறுகிறான். தீயவர்களையும் சீக்கு பிடித்த சிந்தனைகளையும் நேர்மை என்ற ஒற்றை தீக்குச்சியால் எரிப்போம். உலகைக் காப்போம்.

17. குன்றென நிமிர்ந்து நில்

கம்பீரம் என்பது வார்த்தை அல்ல

வாழ்க்கை *- சதா பாரதி*

நமது கம்பீரமே நம்மை பலருக்கு அடையாளம் காட்டுகிறது எனலாம். எவ்வித குற்றங்களுக்கும் அடிமையாகாமல் உடல் திடமுடன் நிமிர்ந்த நடையோடு நடக்கும் கம்பீரம் இங்கே பலருக்கு வாய்ப்பதில்லை. அது பாரதிக்கு வாய்த்தது. நேர்மை யோடும் சஞ்சலமில்லாத உள்ளத்தோடும் இருப்பவர் களுக்கு இயல்பாகவே நிமிர்ந்த நடையும் நெருப்பு போன்ற பார்வையும் வந்து விடும்.

சிந்தை தெளிவாக்கு -அல்லாலிதை

செத்த உடலாக்கு

என்பான் பாரதி.

நம்முடைய சிந்தனைகள் தெளிவாக இருப்பது தான் நாம் வாழ்வதற்கான அர்த்தத்தை பெற்றுத் தரும். இல்லையெனில் நாம் நடைபிணமாகவே கருதப் படுவோம்.

நிமிர்ந்த நன்னடை

என்ற அறிமுகத்தை புதுமைப் பெண்ணுக்கு அளிப்பதற்கு நோக்கமாக இருந்ததே அவர்களின் கம்பீரமே அவர்களுக்கு உரிமையை பெற்றுத் தரும் என்பதால்தான். சிறுவர்களோ பெண்களோ யாரேனும் தலைகுனிந்து நடந்து சென்றால் பாரதிக்கு பிடிக்காது. உடனடியாக அவர்களை அழைத்து நிமிர்ந்து நடக்கச் சொல்லுவான்.

''மிஸ்டர் காந்தி, உங்கள் போராட்டம் வெற்றியடைய வாழ்த்துக்கள். நான் ஆசிர்வதிக்கிறேன்'' என்ற வகையில் காந்தியை முதன்முறையாக சந்தித்த போதே எவ்வித தயக்கமோ பயமோ இல்லாமல் ஆசிர்வதித்து விட்டு வந்தவன் பாரதி. காந்தியோடு பேசவே மிகுந்த மரியாதை கொண்டு நின்றவர்கள் மத்தியில் ஒரு ஞானியைப் போல சென்று ஆசிகள் வழங்கி வந்தவன் பாரதி.

விலங்குகளுக்கும் நமக்கும் உள்ள வித்தியாசமே நமது முதுகு தண்டுவடமே என்கிறார்கள் மருத்துவ அறிஞர்கள். விலங்குகளின் முதுகு தண்டு வடங்கள் கிடைமட்டமாக இருக்கும். மனிதர்களாக இருக்கும் நமக்கு மட்டுமே அது பூமியில் இருந்து செங்குத்தாக இருக்கும்.

நாம் நிமிர நிமிரவே நம்முடைய அறிவும் பலப்படுகிறது. எந்த தவறும் செய்யாத போதுதான் நாம் எவ்வித அச்சமும் இல்லாமல் உரிமையோடு நிமிர்ந்து நிற்க முடியும். இங்கே நிமிர்ந்து நிற்கச் சொல்வது உடல் அளவில் மட்டுமல்ல. மனதளவிலும் நிமிர்ந்து நிற்க வேண்டும். மலையினைப் போல நிமிர்ந்து நிற்க வேண்டும். நம்முடைய கம்பீரமும் நேர்மையும் நம்மை உயர்வான இடங்களுக்கு அழைத்து செல்லும் என்பதை மறந்து விடக் கூடாது.

**நேர்மையோடு இருந்துவிட்டால்
நெருப்பு கூட அஞ்சி ஒதுங்கும்.**

- சதா பாரதி

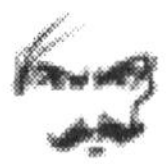

18. கூடித் தொழில் செய்

உழவுக்கும் தொழிலுக்கும் வந்தனை செய்வோம் - வீணில்
உண்டு களித்திருப்போரை நிந்தனை செய்வோம்

என்பான் பாரதி.

உழைப்பின் மீது மிக அதிகமான மரியாதையும் பற்றும் கொண்டவனாகவே விளங்கியவன். அதை விட கூடுதலாக செய்யும் தொழிலை இணைந்தே செயலாற்ற வேண்டும் என்றே விரும்பினான். அத்தனை தொழிலையும் விரும்பியே செய்ய வேண்டும். உலகத்தின் அத்தனை தொழிலையும் மனம் விரும்பி பிறருக்கு தீங்கு இல்லாத வகையிலே செய்திடல் வேண்டும் என்றே விரும்பினான்.

ஒன்று பட்டால் உண்டு வாழ்வு - நம்மில்
ஒற்றுமை நீங்கிடில் அனைவருக்கும் தாழ்வு

என்றே பேசுகிறான்.

நாம் செய்யும் தொழில் நாட்டு வளர்ச்சிக்கும் பயனுள்ளதாக இருத்தல் அவசியம் என்கிறான். இந்த உலகம் அனைத்தும் ஒவ்வொரு தொழிலோடும் இணைந்தே உள்ளது என்பதை உணர்கிறான்.

நம்முடைய தேசத்தின் வளர்ச்சிக்கு எந்த தொழிலைச் செய்தாலும் அதை மிகவும் உன்னதமாக நேசித்து செய்தல் வேண்டும் என்கிறான். சிறு சிறு தொழில்களைக் கற்றுக் கொள்ள வேண்டும் என்றே விரும்பினான்.

இரும்பைக் காய்ச்சி உருக்கிடுவீரே
யந்திரங்கள் வகுத்திடுவீரே
கரும்பைச் சாறு பிழிந்திடுவீரே
கடலில் மூழ்கி நன் முத்தெடுப்பீரே
அரும்பும் வியர்வை உதிர்த்துப் புவிமேல்
ஆயிரந் தொழில் செய்திடுவீரே

என்றே புதிய தொழிலுக்கு எல்லாம் வழிகாட்டுகிறான்.

செய்யும் தொழில் எதுவாக இருந்தாலும் அதில் தேசப்பற்றும் கலந்திருக்க வேண்டும் என்றான். நாம் உண்ணும் உணவிலும் உடுத்தும் உடையிலும் எத்தனையோ பேரின் உழைப்பும் இருக்கிறது என்பதை உணர்ந்து கொள்ள வேண்டும். உண்மையில் அனைவருடைய உழைப்பிலும் இந்த தேசத்தின் வளர்ச்சி இருக்கிறது என்பதை உணர வேண்டும்

இங்கே உணவுச் சங்கிலி போல அனைவரும் ஒருவரோடு ஒருவர் இணைந்தே செயல்பட வேண்டும். அன்று பாரதியின் காலத்தில் பண்ட மாற்றுமுறை இருந்தது. அவரவர்களுக்கு மிகுதியாக இருந்தவற்றை அடுத்தவர்களோடு பகிர்ந்து கொண்டு வாழும் உன்னத வாழ்க்கையின் அவசியத்தை வலியுறுத்தியவன் பாரதி.

நாம் உண்ணும் உணவு தொடங்கி நம்முடைய உணர்வு வரை இங்கே பலருக்கும் தொடர்பு உள்ளது. அந்தவகையில் மிகப்பெரிய தொழில்களை நம்பி ஆயிரக்கணக்கான சிறு தொழில்கள் உள்ளன. அந்த சிறிய கைத்தொழில்கள் லட்சக்கணக்கான மக்களுக்கு வாழ்வு வழங்கும் இடமாக உள்ளது. நாம் அனைவரும் இணைந்து ஒருவருக் கொருவர் உதவிகள் செய்து அனைவரின் தொழில் சிறக்க பாடுபட வேண்டும் என்பதே பாரதியின் கனவாகவும் இருந்தது. இந்த உலகில் பிறக்கு தீங்கு இன்றியும் சமுதாய நலம் பெறவும் இணைந்து பணி செய்வது இன்றியமையாதது ஆகும்.

19. கெடுப்பது சோர்வு

இயங்குவதே
நமது இருப்பை உணர்த்தும்
இயங்குங்கள் *- சதா பாரதி*

நமது மிகப்பெரிய எதிரியாகவும் நமது வெற்றிகளுக்கு தடையாக இருப்பது சோம்பலே ஆகும். உடல் சோர்வைவிட மனச்சோர்வு நம்மை இயங்காமல் செய்துவிடும். காலையில் நாம் எழும் நேரத்தை தள்ளிப்போடுவதிலிருந்தே நம்மை சோம்பல் வென்றுவிட தொடங்கி விடுகிறது. அந்த தாமதமே அன்றைய நாள் முழுவதும் நம்மை நிலையற்ற மனதோடு செயலாற்ற வைத்து விடுகிறது.

இமைக்கும் பொழுதுகூட சோர்வற்ற வாழ்க்கை வாழ்ந்தவன் இறக்கும் தருவாயில் கூட ஓய்வெடுக்காமல் அடிக்கடி எழுந்து தேசம் குறித்து புலம்புவானாம். தளர்வில்லாமல் நடந்தாலே சோர்வு நம்மை விட்டு நீங்கிவிடும் என்பான். இரவுபகல் பாராது பரங்கியரின் கண்களில் படாமலும் மறைவு வாழ்க்கை வாழ்ந்த போதும் சோர்வில்லாத கவிதைகளை காதலோடு புனைந்தவன் பாரதி.

ஓயுதல்செய்யோம்-தலை
சாயுதல் செய்யோம்

என்ற வரிகள் மாதிரியே வாழ்ந்தும் காட்டியவன்.

சோர்வு நம்மைக் கெடுத்து விடும் என்பதை உணர்ந்தவன் பாரதி. நம்மில் பலரின் தோல்விகளுக்கு காரணம் சோர்வே என்பது அவர்களறிந்த உண்மையாகும். ஒரு செயலை நாளை செய்யலாம் என்று ஒத்திப் போடக்காரணம், அதை செய்யத் தெரியாது என்பது மட்டுமல்லாமல் தெரிந்தது தானே நாளை செய்யலாம் என்ற சோம்பலும் காரணமாகவே இருக்கக்கூடும். உங்களுக்குப் பிடித்தமான செயல்களை செய்கையில் சோர்வு தெரிவதில்லை. எனவே செய்யும் செயல்களை உங்களுக்குப் பிடிக்கும் படி மாற்றிப்பாருங்கள்.

எந்தவேலையையும் தள்ளிப்போடாதீர்கள்
வேலையை தள்ளிப்போடும்
ஒவ்வொரு நிமிடமும்
வெற்றியையும் தள்ளிப் போடுகிறோம்   - சதா பாரதி

நம்முடைய சோம்பலே பல வெற்றிகளுக்கு தடையாக இருந்திருக்கும். நம்மைக் கடந்து வெற்றி பெற்ற பலரையும் நாம் கவனித்து பாருங்கள். செய்யும் வேலையை எத்தனை சிரத்தையோடு செய்து இருப்பார்கள் என்பது புரியும். நமக்கு பிடித்த வேலைகளை செய்யும்போது நமக்கு சோம்பல் வருவதில்லை. விரும்பிய மனதோடு எல்லாவற்றையும் அணுக வேண்டும். அதிலேயே கரைந்து போக வேண்டும். அப்போதே சோர்வு நம்மை விட்டு நீங்கும். சலிப்பும் சோர்வும் நம்முடைய வெற்றிக்கு எதிரியாகும்.

சோர்வைக் கொல்லுங்கள்
வெற்றி கிடைக்கும்   - சதா பாரதி

20. கேட்டிலும் துணிந்து நில்

சுற்றி நில்லாதே பகையே
துள்ளி வருகுது வேல்

என்பான் பாரதி.

தைரியம் என்பது பாரதியின் குணங்களுள் ஒன்றாகவே இறுதி வரை பயணித்தது. தைரியம் அவனது வார்த்தைகளில் மட்டுமல்ல வாழ்வின் கடைசிவரை நிலைத்து நின்றது. தனது மகள்களுக்கும் தமிழ்நாட்டு மகளிருக்கும் தைரியமூட்டினான். தன்னைச் சூழ்ந்து எத்தனை துன்பங்கள் வந்த போதிலும் 'எத்தனை கோடி இன்பம் வைத்தாய் இறைவா?' என்று கொண்டாடித் தீர்த்தவன். திலகருடைய ஆணையின் படி சுதேசி ஊர்வலத்தை சென்னையில் தடையினை மீறியும் கம்பீரமாக அழைத்துச் சென்றார். அன்றைய சூழலில் போலீசார் ஏனோ அவனைக் கைது செய்யவில்லை.

நெஞ்சுபொறுக்குதில்லையே - இந்த
நிலைகெட்ட மனிதரை நினைத்துவிட்டால்

என்றே நிலைகெட்ட மனிதர்களுடைய செயல்பாடுகளைப் பட்டியலிட்டான்.

சராசரி வாழ்க்கையோடு சமரசம் செய்து வாழும் வேடிக்கை வாழ்க்கை வேண்டாமென நினைத்தவன். சூரத் காங்கிரஸில் ஆங்கிலேயர்களுக்கு ஒத்துழைக்காமல் அவர்களை விரட்டி அடிக்க வேண்டுமென ஓங்கிக் குரல் கொடுத்தவர்களில் ஒருவன் பாரதி.

சாதி, மதங்களைத் தாண்டி மனிதத்தை சிந்தித்தவன். எத்தனை இடர்பாடுகள் இருந்தாலும் துணிந்து நின்று சமூக புரட்சியை முன்னெடுத்து சென்றவன். புத்திசாலித்தனம் செய்கையில் மட்டுமல்லாமல் உடல் பலமும் தேவை என்பதை உணர்ந்து சிலம்பு உள்ளிட்ட பல்வேறு கலைகளை விரும்பி கற்றவன்

அக்காலத்தில் பெண் அடிமைத்தனம் பேசப்பட்ட நேரத்திலேயே செல்லம்மாவின் தோள்களில் கைபோட்டு அழைத்து சென்றவன் கம்பீர பாரதி. தவறுகளைக் கண்டும் காணாமல் இருப்பதும் குற்றமே. உலகம் மாற வேண்டும் நலம் பெற வேண்டுமெனில் மாற்றத்தை நம்மிடம் இருந்தே தொடங்குதல் வேண்டும். பொறுமைக்கும் கோழைத் தனத்திற்கும் உள்ள வேறுபாடுகளை உணர்ந்து கொள்ளுதல் வேண்டும். நம்மிடம் குற்றம் இல்லாதபோது நாம் யாருக்கும் அஞ்ச வேண்டியது இல்லை. தவறு செய்பவர்களை தைரியத்தோடு எதிர்க்கலாம். தமக்கு நிகழாதவரை அனைத்தையும் வேடிக்கை பார்க்கும் மோசமான குணத்தை விட்டொழிக்க வேண்டும். துணிந்து செயலாற்ற வேண்டும் துன்பம் சூழ்ந்த வேளைகளில்...

துணிவோடு எதிர்கொள்ளுங்கள்
தூரத்தில் ஓடி விடும் துன்பங்கள்

- சதா பாரதி

21. கைத்தொழில் போற்று

நடையும் பறப்புமுணர் வண்டிகள் செய்வோம்
ஞாலம் நடுங்க வரும் கப்பல்கள் செய்வோம்

என்றான் பாரதி.

சுதேசி எனும் உச்சரிப்பே பாரதியின் தாரக மந்திரமாக இருந்தது. அவனது அரசியல் குருவான திலகரை சந்தித்ததில் இருந்து அது அதிகமானது. நம்முடையப் பொருட்களை நாமே தயாரித்துக் கொள்ள வேண்டும் என்பதிலே மிக உறுதியாக நின்றவன்.

உலகத்தொழில்கள் அனைத்தும் உவந்து செய்வோம்

என்றவன். குண்டூசிகளாக இருந்தாலும் குயவன் செய்யும் மண்பாண்டங்கள் என்ற எதுவாக இருந்தாலும் அதை கற்றுக் கொள்ள வேண்டும். அதை ஆர்வத்துடன் செய்ய வேண்டும் என்ற ஆர்வம் அவனிடமிருந்தது. குதிரை சவாரி, ரயில் வண்டி இயக்குதல் போன்ற அனைத்தையும் ஆர்வத்தோடு பிரமிப்பாகப் பார்ப்பவன். எந்தத் தொழில் செய்தாலும் அதிலே நிபுணத்துவம் பெற வேண்டுமென நினைத்தவன்.

அரும்பும் வேர்வை உதிர்த்துப் புவிமேல்
ஆயிரம் தொழில் செய்திடுவீரே

என்றபடி உருவாக்கும் தொழில்களில் இருப்பதால் நீங்கள் அனைவரும் பிரம்மாக்களே என்றும் போற்றுகிறான். அவரவர் தனக்கு தெரிந்த கைத்தொழில் ஒன்றை கற்றுக் கொள்ளுதல் அவசியம் என்கிறான். அவரவருக்குத் தெரிந்த தொழிலில் சிறப்பாகச் செய்வதோடு மட்டுமின்றி பிறருக்கும் அதை கற்றுக் கொடுத்து அவருடைய தொழிலையும் விரும்பி கற்றுக் கொள்ளுதல் அவசியமாகிறது என்கிறான்.

உலகப்பொருளாதாரம் என்ற வகையில் மார்தட்டும் நாம் உள்ளூர் தொழில்களின் அழிவுகளில் நம்மை அறியாமலும் அறிந்துமே பங்கேற்கிறோம். நம்மிடமுள்ள சிறு தொழில்கள் இங்கே பல்லாயிரக் கணக்கான மக்களின் வாழ்வாதாரம் என்பதை உணரவேண்டும். அவர்களை ஊக்கப்படுத்த வேண்டும். இங்கே கிடைக்கும் பலவற்றை வெளிநாட்டிலிருந்து இறக்குமதி செய்யும் மோசமான போக்கை நிறுத்தி நாடு வளம் பெற நல்லவர்களை வாழவைப்போம்.

உலகின் மிகப்பெரிய சந்தை இந்தியாவே என்று உலக நாடுகள் அனைத்தும் நம்மை நோக்கி அவர்களுடைய பொருட்களை சந்தைப் படுத்துகின்றன. நம்முடைய மண்ணில் இருக்கும் பல கைத்தொழில்களை நாம் காவு கொடுத்து வருகிறோம். காரணம் அறியும்போது மிகப் பெரிய வேதனைதான் மிஞ்சுகிறது. இங்கே தயாரிக்கும் பொருட்களை நமது மக்கள் பயன்படுத்த தயங்குகிறார்கள். உலக அரங்கில் தன்னிறைவு பெற்ற நாடாக நாம் உருவாக வேண்டும் என்றால் நாம் சிறு தொழில்களை கற்றுக் கொண்டு அவற்றை மேம்படுத்த வேண்டும். இங்கே இருக்கும் தொழில்களுக்கு அரசாங்கமும் சரியான சலுகையும் அங்கீகாரமும் அளித்து அவற்றை வளர்க்க வேண்டும்.

22. கொடுமையை எதிர்த்து நில்

இச்சகத்து உள்ளோரெல்லாம் எதிர்த்து நின்ற போதிலும் அச்சமில்லை அச்சமில்லை அச்சமென்பதில்லையே என்றே முழங்கியவன் பாரதி.

எங்கெல்லாம் சாதி, மதம் சார்ந்த கொடுமைகளால் ஒதுக்கப்பட்ட மக்கள் இருந்தார்களோ அவர்களுக் கெல்லாம் குரல் எழுப்பியவன்.

"உண்மையான ஆன்மிகம் உங்கள் ஆலயங் களுக்கு வெளியில்தான் உள்ளது" என்றே போர்க்குரல் கொடுத்தவன். உலகில் தனிமனிதன் ஒருவர் கூட பசியோடு இருக்கவும் இறக்கவும் கூடாது என்ற சிந்தனை சித்தாந்தத்தை உடையவன். குறிப்பாக அவனது காலத்தில் பெண்களுக்கு எதிரான கொடுமைகளை எதிர்த்து குரல் கொடுத்தவன் பாரதி.

'எங்கெல்லாம் ஒரு பெண் கற்பிழக்கப் படுகிறாளோ அங்கெல்லாம் ஒரு ஆணும் கற்பிழக்கப் படுகிறான்'

என்று பெண்ணியம் பேசி பெண் விடுதலைக்கு வித்திட்டவன். இளவயது திருமணத்திற்கு எதிர்ப்பு தெரிவித்து சிறு வயதிலேயே கணவனை இழந்த கைம்பெண்களுக்கு மறுமணம் குறித்து பேசியவன். சமூகத்தில் சாதி, மதங்களால் புரையோடிக்கிடந்த மூட வழக்கங்களை எதிர்த்து நின்றான்.

மனிதர் நோக மனிதர் பார்க்கும் வழக்கமும் வாழ்க்கையும் இனியுமுண்டோ?

என்றே பொங்கி எழுகிறான். வீடு, மாநிலம், தேசம் தாண்டி உலகத்திற்காக சிந்தித்தவன். பிஜித்தீவு தமிழர்களுக்கும் குரல் கொடுத்தவன். நம்மைச் சுற்றி நடக்கும் அநியாயங்களை தட்டிக் கேட்கவேண்டுமெனில் நாம் முதலில் குற்றமற்றவராக இருந்திடல் அவசியமாகும். ஒதுங்கி இருப்பதால் மட்டுமே தீர்வு கிடைத்து விடாது. மனம் முழுக்க மனிதமும் நம்பிக்கையும் நிரப்பிக் கொண்டு கொடுமையை எதிர்த்து நிற்க வேண்டும். அவைகள் தலைதூக்காதவாறு செய்ய வேண்டும். வன்முறை எந்த வடிவில் வந்தாலும் அதை எதிர்க்கும் முதல் நபராக நாமிருப்போம்.

"உனக்கு எதுக்கு வம்பு. அவங்க முரடங்க" என்ற வகையில் சிறு வயதில் இருந்தே நம்முடைய குழந்தைகளை உடல் அளவிலும் மன அளவிலும் தீமைகள் நடக்கும் திசை பார்க்க வேண்டாம். அதை தவிர்த்து விடுங்கள் என்றவாறே வளர்த்து விடுகிறோம். நாம் தீமைகள் செய்யாமல் இருப்பது மட்டும் அறமல்ல. தீமைகள் நடக்கும்போது அவற்றை எதிர்த்து நன்மைகள் நிலைநாட்ட வேண்டும் என்பதுவும் அறமாகும். இதுதான் பாரதியின் விருப்பமாகும். இன்றைய சூழலில் சமுதாய நலம் காக்க நாம் நம்முடைய உடலையும் மனதையும் மிக வலிமையாக வைத்திருத்தல் அவசியமாகிறது.

கொடுமைகளை எதிர்ப்போம்.

23. கோல்கைக் கொண்டு வாழ்

எல்லோரும் ஓர்குலம்
எல்லோரும் ஓர்நிறை
எல்லோரும் இந்நாட்டு மன்னர்கள்

என்றே முழக்கமிட்டவன் பாரதி.

எல்லோருக்கும் எல்லாமும் கிடைக்க விரும்பியவன். ஒருசாரார் வளமான வாழ்க்கையை வாழும்போது மற்றவர்கள் சோற்றுக்கே வழியின்றி மடிந்து போவது கண்டு கண்ணீர் விட்டவன். அதை மாற்றும் வழிவகை சொன்னவன்.

பாரதியின் கையில் ஒருகோல் வைத்திருப்பான் அது அவனுடைய கம்பீரத்தை அதிகப்படுத்தும். அது கம்பீரத்தை மட்டுமே குறிப்பதில்லை. செங்கோல் கொண்டு ஆட்சி செய்த மன்னனின் மனநிலை பாரதிக்கும் உண்டு. தன்னை கவியரசனாகவே பாவித்து கொண்டவன். யாருக்கும் தீங்கு இல்லாத பாரபட்சமற்ற வாழ்க்கை வாழ்ந்தவன். தராசு போல வாழ்க்கை வாழ்தலே சிறந்தது என்பதையே வலியுறுத்தி வந்தவன்.

எல்லோருக்கும் எல்லாம் கிடைக்க வேண்டும் என்ற சமத்துவத்தைப் போதித்து அதன்படியே வாழவும் முயற்சி செய்தான். யார் பக்கமும் சாயாமல் நேர்மையோடு நடுவுநிலையோடு வாழ வேண்டும். எல்லோருக்கும் சட்டங்களும் திட்டங்களும் பொதுவாக இருத்தல் வேண்டும். உங்கள் பார்வை சரியானதாக இருக்க வேண்டும். சின்னச் சின்ன ஆசைகளுக்காக நாம் கடமை தவறும்போது அது மிகப்பெரிய தவறுகளை உருவாக்கிவிடும். யாருக்கும் தீங்கும் பாரபட்சமற்ற வாழ்க்கை வாழ்தலே சிறந்தது. அப்படிப்பட்ட பட்ட வாழ்க்கை கைக்கொள்வதே சிறந்த ஆட்சியாளர்களுக்கும் மனசாட்சி உள்ளவர்களுக்கும் சரியானதாக இருக்க முடியும்...

உங்கள் மனசாட்சி
துலாக்கோல் போல துல்லியமாக இருக்கட்டும்

- சதா பாரதி

இந்த உலகிலே அவரவர் மனசாட்சியின் படி எல்லோரும் நல்லவர்கள்தான். ஆனால் சில நேரங்களில் அடுத்தவரின் பார்வையின் தவறாக தெரிகிறோம். நல்லவற்றை யார் செய்தாலும் வரவேற்றும், நமக்கு மிக நெருங்கியவர்கள் செய்யும் தீமைகளையும் சுட்டிக் காட்டி அதை நீக்கும் பண்பினை நாம் பெறவேண்டும். மகாராஜாவாக இருந்தாலும் தனக்கு சொல்லிக் கொடுத்த ஆசிரியாராக இருந்தாலும் தவறு செய்தால் அதை சுட்டிக் காட்ட தயங்காத மனநிலையும் மண் பாண்டம் செய்யும் குயவனின் நேர்த்தியான தொழிலை பாராட்டும் மனநிலையும் பாரதிக்கு இருந்தது. அதுவே அவனது செங்கோலின் அடையாளம்.

நீங்கள் மற்றவர்களை
எந்த அளவுகோலால்
அளக்குறீர்களோ
நீங்களும் அதனாலே அளக்கப் படுவீர்கள்

- சதா பாரதி

24. கவ்வியதை விடேல்

சூழல்கள்
சிலரின் மனதை மாற்றும்
நல்ல மனிதர்களை மாற்றிவிடாது

– சதா பாரதி

கவ்வுதல் நுட்பமான சொல்லாடல். பூனை உள்ளிட்ட சில விலங்குகள் தனது குட்டிகளை மிகவும் பாதுகாப்பாக ஓரிடத்தில் இருந்து மற்றோர் இடத்திற்கு கொண்டு செல்வதற்கு கவ்வுதல் என்று பெயர். இன்னொரு வகையும் உண்டு. தனக்கான இரையைக் கவ்வுதல் ஆகும். இரையை மட்டுமல்லாமல் இறையையும் விடாமல் கவ்வுதல் அவசியமாகும். கடைசி வரை தைரியத்தையும் காலத்தை வென்ற கவிதைகளையும் கவ்வியவன் பாரதி. தேசத்தின் விடுதலையில் அத்தனை நம்பிக்கை அவனுக்கு இருந்தது. 30 ஆண்டுகளுக்கு முன்பே விடுதலை பெற்று விட்டதாக நம்பிக்கையோடு ஆடிப்பாடியவன் பாரதி. இறுதி வரை தனது நம்பிக்கை விதைகளை குழந்தைகளிடமும் பெண்களிடமும் விதைத்தவன். எல்லாவற்றையும் தாண்டிய இரக்கக் குணத்தை கடைசி வரை கவ்வியன் நம் பாரதி. யாருக்காகவும் தேசத்தை விட்டுக் கொடுக்காதவன்.

உயிர்களிடத்தில் அன்பு வேணும்

என்று எல்லோரிடமும் அன்பை விதைத்தவன்.

கம்பீரத்தையும் காலம் தாண்டிய கனவுகளையும் யாருக்காகவும் விட்டுக்கொடுக்காத கெட்டிக்காரன். உங்களுக்குப் பிடித்தமானவற்றை கவ்விக் கொள்ளுங்கள். அது உங்கள் இலக்காக அமையட்டும். நீங்கள் கவ்வியதை கடைசி வரை விடாமல் பற்றிக்கொள்ளுங்கள். குறிகள் தவறும் போது இலக்குகளை மாற்ற முயற்சி செய்யாதீர்கள். ஒவ்வொரு முறையும் தளராத முயற்சியையும் நம்பிக்கையையும் கவ்விக் கொண்டு இலக்குகளை நோக்கி நடை போடுங்கள். கடல் தாண்டி வரும் பறவைகள் ஒரு குச்சியை மட்டுமே கவ்விக் கொண்டு அவ்வப்போது கடலில் இளைப்பாறிவிட்டு தனது இலக்குகளை அடைவது போல ஏதேனும் ஒரு மகிழ்ச்சியை முயற்சியோடு கவ்விக் கொண்டு முன்னேறுங்கள். உங்கள் இலக்குகள் எவ்வளவு தூரமாக இருந்தாலும் மகிழ்ச்சியோடும் நம்பிக்கையோடும் பயணிக்கையில் அது எளிதாகிவிடுகிறது.

அடுத்த அடியில்கூட வெற்றி இருக்கலாம்...
திரும்பிவிடாதீர்கள்
வெற்றி ஏமாந்துவிடும் - *சதா பாரதி*

பல நேரங்களில் நாம் சலிப்படைந்து சில செயல்களை அப்படியே விட்டுவிடுவோம். நாம் விட்ட இடத்தில இருந்து தொடங்குபவர்கள் வெற்றிக் கனியை எட்டிப் பறிப்பார்கள். நம்முடைய முயற்சிகள் உழைப்பு எல்லாம் வீணாகிவிடும். நாம் நம்முடைய இலக்குகளை அடையும் வரை ஓயாது உழைக்க வேண்டும். இடையில் வரும் சிறு சிறு தடங்கல்களால் சலனப்பட்டு விடக் கூடாது. கடைசிவரை சுதந்திரமும் சமத்துவமுமே பாரதியின் லட்சியமாக இருந்தது. அந்த இலக்கு நோக்கியே அவனுடைய ஒவ்வொரு செயலும் இருந்தது என்பதை நாம் மறந்து விடக் கூடாது. மழைக் காலத்தில் மேகம் தாண்டி பறக்கும் கழுகு போல தடைகளைத் தாண்டி நம்முடைய இலக்கு நோக்கி பறப்போம்.

25. சரித்திரத் தேர்ச்சி கொள்

பலர் சரித்திரம் பேசுகிறார்கள்
சிலரையே
சரித்திரம் பேசுகிறது   - சதா பாரதி

வரலாறுகளைத் தெரிந்து கொள்வதில் அலாதியானப் பிரியம் பாரதிக்கு எப்போதும் உண்டு. உலக வரலாறுகளை உற்று நோக்கி வந்தவன். தகவல் தொடர்புகள் அவ்வளவு வளர்ச்சியடையாத காலத்திலும் உலக வரலாற்றைப் படித்தவன் பாரதி. ஐரோப்பா சென்றுவர வேண்டும் என்ற அவனது ஆசை கடைசி வரை நிறைவேறவில்லை என்பதே அவனது வாழ்வில் மிகப்பெரிய துரதிருஷ்டம் ஆகும்.

'சென்றிடுவீர் எட்டுத்திக்கும் - கலைச்செல்வங்கள்
யாவையும் கொணர்ந்திங்கு சேர்ப்பீர்'

''பிறநாட்டு நல்லறிஞர் சாத்திரங்கள் தமிழ்
மொழியில் பெயர்த்தல் வேண்டும்'

திறமான புலமையெனில் வெளிநாட்டார் அதை
வணக்கம் செய்திடல் வேண்டும்''

என்ற வரிகளும் பிஜித்தீவு பற்றிய வலி நிறைந்த கவிதைகளும், தன்னை ஷெல்லி தானாக அறிவித்து அவருக்காக மன்றங்கள் வைத்ததுமே பாரதியின் சரித்திர ஆர்வத்தை அறிய உதவும். உலக வரலாறு மட்டுமல்லாமல் உள்ளூர் வரலாறுகளையும் விரல் நுனியில் வைத்திருந்தவன் பாரதி.

உலகம் அறிந்து செயல்படுவது அவசியம் என்பதைத் தெரிந்து கொண்டவன். வரலாறுகளைத் தெரிந்து வைத்தாலே நமது நாட்டின் பெருமைகளும் நமது மூதாதையர் பெருமையையும் உலகிற்கு பறைசாற்ற முடியும் என்பதை உணர்ந்தவன். நம் நாட்டின் வரலாறுகளை படிக்கும் போதே நமது பெருமைகளும் கம்பீரமும் தெரிய வரும். அடிமை விலங்குகளை வெட்டி எறிய முடியும் என்பதை உண்மையாக நம்பியவன்.

இன்றளவும் இந்த தேவைகள் இருக்கவே செய்கின்றன. நமது நாட்டின் வரலாறுகளைப் படித்து விட்டு இங்கே வந்து சுற்றிப் பார்த்து பிரமிக்கும் பல வெளிநாட்டுப் பார்வையாளர்களைப் பார்க்கிறோம். வரலாறு பேசும் பல்லாயிரக்கணக்கான இடங்களைக் கொண்டது நமது நாடு.

அதைப்பற்றி முழுமையாக அறிந்து வைத்துக் கொள்ள வேண்டும். அதைவிட உங்கள் ஊரின் சிறப்புகளையாவது அறிந்து போற்றுதல் அவசியமாகிறது. நமது ஊர், மாநிலம், நாடு என்ற வகையில் அறிந்து கொண்டு அதன் பெருமையினை உலகறியச் செய்யவேண்டும் எனில் சரித்திரம் படிக்க வேண்டும் என்பது அவசியமாகிறது...

**சரித்திரம் படிப்போம்
சரித்திரம் படைப்பதற்கு**

- சதா பாரதி

26. சாவதற்கு அஞ்சேல்

சாவது எளிது - சதா பாரதி

'காலா என் காலருகே வாடா.
உன்னை சிறு புல்லென மிதிக்கிறேன்'

என்ற அறைகூவலுக்குச் சொந்தக்காரன் பாரதி. மரணம் குறித்த பயமிருந்ததில்லை அவனுக்கு. பாரதியின் கடைசி சில ஆண்டுகள் அவனது கவிதைகள் அதிகமாக வரவில்லை என அங்கலாய்ப்பவர்கள் உண்டு. யதுகிரி அம்மாள் அவர்கள் எழுதிய பாரதி நினைவுகள் நூலில் 'கடைசி காலகட்டத்தில் பாரதி மரணமில்லா பெருவாழ்வு குறித்த சிந்தனையில் ஆழ்ந்திருந்தான். நான் ஒரு ஆராய்ச்சி செய்து வருகிறேன். அது முற்றுப் பெற்றால் மரணமில்லா பெருவாழ்வு வாழ்வதற்கான காரணங்கள் சொல்வேன்' என்று பேசியபடி இயற்கையோடு ஒன்றாகவே கலந்திருந்தான் என்றே பதிவு செய்கிறார்.

யானைக்கு மதம் பிடித்திருந்தது தெரிந்தே பாரதி அதற்கு பழம் கொடுக்க நெருங்கினான். அது அவனை துதிக்கையால் கீழே தள்ளியது. மிதிக்கவில்லை. இது நிகழ்ந்தது 1921 ஜூன் மாதம் போல. அதன்

பின்பு ஆகஸ்டு மாதம் முதல் தேதிகளில் ஈரோடு கருங்கல்பாளையம் நூலகத்தில் 'மரணமில்லா பெருவாழ்வு' என்ற தலைப்பில் உரையாற்றினான். அதுவே அவனது கடைசி உரை. அதன் பின்னர் அவன் ஒருமாதம் கழித்து வயிற்றுப் போக்கு காரணமாக செப்டம்பர் 12 அதிகாலையில் இறந்து போகிறான் உலக வாழ்விலிருந்து... இறக்கும் வரையிலும் அவன் சாவைப் பார்த்து பயப்படவில்லை. இறந்தே பிறக்கும் குழந்தையினைப் புதைக்கும் போது கூட விழுப்புண் பெற்றே இறந்தான் என்ற குறியீட்டிற்காக சிறு கீறல் போட்டு புதைக்கும் வழக்கம் நமது தமிழரின் வீரம் செறிந்த வாழ்வில் இருந்திருக்கிறது. இம்மண்ணில் பிறந்த எவரும் சாவைக் கண்டு அஞ்சுதல் கூடாது. ஆனால் மரணம் தவிர்க்க இயலாத ஒன்றே அனைவருக்கும். அதற்குள் இந்த உலகிற்கு ஏதாவது ஒருவகையில் பயன்படும் படியான வாழ்க்கையை வாழ்ந்திடுதலே சிறப்பானதாகும். எல்லோருக்கும் மரணம் நிச்சயம்தான். ஆனால் அதை எதிர்பார்க்கும் அச்சம் அவசியமே இல்லை...

மரணத்தை வெல்ல இயலாது.

ஆனால் அதை நமது மகிழ்ச்சியால் அஞ்சவைக்க வேண்டும்.

மரணம் என்பது தவிர்க்க இயலாத ஒன்றுதான். அது எப்போது வரும் என்பதும் எதிர்பார்க்க முடியாது. வாழும் ஒவ்வொரு நிமிடங் களையும் ரசனை பொங்க ரசித்து வாழ்பவர்களுக்கு மரணம் ஒருபோதும் நெருங்காது. அதைக் கண்டு பயமும் கொள்ள வேண்டாம்.

**பிறப்பு ஒரு சம்பவமாக இருக்கலாம்
இறப்பு ஒரு சரித்திரமாக வேண்டும்**

என்பார் கலாம் அவர்கள். அவருடைய இறப்பும் நமக்கு அதையே சொல்லிக் கொடுத்தது. நாம் சாவிற்கு அஞ்சி பயந்து வாழ்வதை விட்டுவிட்டு நம்முடைய கடமைகளை நாம் சரியாக செய்து முடித்து காத்து நின்றால் மரணம் நம்மை விட்டு விலகியே நிற்கும்.

27. சிதையா நெஞ்சு கொள்

மனம் தளராதீர்கள்
மகிழ்ச்சி காத்திருக்கிறது

- சதா பாரதி

'உறுதி கொண்ட நெஞ்சினாய் வா வா வா'
என்றே வலிமைக் குரல் எழுப்பியவன் பாரதி.

ஒருபக்கம் வறுமை மறுபக்கம் ஆங்கிலேயர், பிரெஞ்சு அரசாங்க அடக்குமுறை, உடனிருந்த வ.உ.சி., சுப்ரமணிய சிவா போன்றோரின் கைதுகள், நின்று போன 'இந்தியாவை'த் தொடர்ந்தது என்ற வகையிலும் சிறிதும் நெஞ்சில் கலக்கமின்றி அக்கினிப் பிழம்பை கண்களில் நெஞ்சிலும் ஏற்றியிருந்தான் பாரதி.

தலைமறைவாக வாழும் நிலை ஏற்பட்டாலும் தன்மானம் இழக்காமல் வாழ்ந்தவன் பாரதி. பலரும் பேரம்பேச வந்து அப்படியே எழுந்து ஓடிய வரலாறும் உண்டு.

மனதில் உறுதி வேண்டும்
வாக்கினிலே இனிமை வேண்டும்

> நினைவு நல்லது வேண்டும்
> நெருங்கின பொருள் கைப்பட வேண்டும்

என்ற வரிகளோடு போராடியவன் பாரதி.

பராசக்தியும் கண்ணனும் பாரதி சொன்னால் கேட்கும் சேவகர்களாகவே இருந்து அவன் சொல்வதையெல்லாம் நிறைவேற்ற முனைந்தார்கள் என்றே சொல்லலாம். அக்ரஹாரம் அவனைப் புரிந்து கொள்ளாத நிலையிலும் தைரியமாக தட்டிக் கேட்டான் பல மூடச் சம்பிரதாயங்களையும் வழக்கங்களையும். இரண்டாம் உலகப்போர் குறித்து அவன் எழுதிய கட்டுரைகள் சொல்லும் அவனுடைய நெஞ்சுரத்தை...

எத்தனை கோடி இன்பம் வைத்தாய் இறைவா

என பாரதி பாடிய போதுமே அவனுக்கு அடுத்த வேளை சோற்றுக்கே வழியில்லா நிலைமை. ஆனால் அவன் மனது எல்லையில்லா ஆனந்தமும் அன்பும் நம்பிக்கையாலும் நிறைந்திருந்தது எனலாம்.

மனம் வறுமையை அறிவதில்லை. வார்த்தைகளிலே அவனுடைய வறுமை ஒருபோதும் வெளிப்பட்டதில்லை. அடுத்தவர் படும் கஷ்டங்களை தீர்க்க இயலாத நேரத்தில்தான் அவனுடைய பேனாவில் தீப்பொறி பறந்தது.

வேடிக்கை மனிதர் போல் வீழ்வேன் என்று நினைத்தாயோ?

என்பதே பாரதியின் நெஞ்சம்.

உங்கள் மனம் நீங்கள் சொல்வதையெல்லாம் கேட்கும். அதை உங்கள் குழந்தை போல வளர்த்தெடுங்கள். நீங்கள் சர்வ வல்லமை பொருந்தியவரே என்று மனதிற்கு சொல்லிவாருங்கள். அது அதனை அப்படியே உங்கள் மனம் ஏற்றுக்கொள்ளும். அதன்பின் உங்கள் மனதில் எல்லையில்லா இன்பம் பிறக்கும். சின்னச் சின்ன புறக்கணிப்புகள், எதிர்ப்புகள் ஆகியவற்றிலே தளர்ந்து போய்விடாதீர்கள். சிதைவடையா நெஞ்சோடு வெற்றி நடைபோடுங்கள்.

> சிதையா நெஞ்சுகொள்
> சிதைபோல நெஞ்சுகொள்
> அது பயம்தனை எரிக்கட்டும்.

- சதா பாரதி

28. சீறுவோர்ச் சீறு

சிறுமைகண்டு பொங்குவாய்

என்பான் பாரதி. சில நேரங்களில் நாம் கடைப் பிடிக்கும் பொறுமையே நம்மை கோழையாக காட்டி விடும். நமது இயல்பையும் அது மாற்றிவிடும். எந்தவித சம்பந்தமின்றி நம்மைச் சீண்டுபவர்களுக்கு சாம, பேத, தான, தண்டம் என்ற வகையில் நமது எதிர்ப்பினைப் பதிவு செய்வது அவசியம் ஆகும். நாம் தேவையின்றி நம்மிடம் வம்பு செய்பவர்களைக் கண்டு ஒதுங்குதல் அவசியமில்லை. சில நேரங்களில் தன்னை தற்காத்துக் கொள்ளவே விலங்குகள் கோபம் கொள்ளும். நம்மை சீண்டுபவர்களுக்கு நாம் நமது செயல்களால் பதில் சொல்லுவது அவசியமாகும்.

'என்ன இது இப்படி பண்றே. இது தெய்வகுத்தம் இல்லையா' என்ற படி பாரதி செய்த பல சீர்திருத்தங் களுக்கு புருவம் உயர்த்தியவர்களுக்குத் தனது செய்கையினால் பதில் சொன்னவன் பாரதி.

மண்புழு கூட சிலநேரங்களில் தன்னை துன்புறுத்துபவர்களிடம் எதிர்ப்பு காட்டும். குஞ்சுகளைக் காக்க போராடும் கோழியின் வீரத்தைக் கண்டு பருந்தும் அஞ்சும். குட்டிகளைத் தூக்க வருபவர்களை

விரட்டி அடிக்கும் பூனை, நாய் என்று எத்தனையோ சொல்லலாம். உங்களை சீண்டுபவர்களையும் உங்கள் உணர்வுகளோடு விளையாடு பவர்களையும் தகுந்த முறையில் கையாளுங்கள். சீற வேண்டிய இடத்தில் சீறினால்தான் பாம்புக்கு மரியாதை. அதைப் போலவேதான் நாமும்... எதிர்ப்புகளைப் பதிவு செய்ய வேண்டிய இடங்களில் மிக்க கடுமையான முறையில் நமது எதிர்ப்பைக் காட்ட வேண்டும். அப்போது தயங்கி நின்றால் உங்களை நீங்களே காப்பாற்ற இயலாமல் போகலாம். வன்முறைக்கு வன்முறையால் தீர்வுகாண இயலாது. ஆனால் அது போன்ற தருணங்களில் ஓடி ஒளியாமல் நமக்கான எதிர்ப்பை பதிவு செய்தல் அவசியம். நம்மை சீண்டுவோருக்கு செயல்களால் பதில் சொல்வோம். ஏதேனும் ஒருவகையில் எதிர்ப்பினை பதிவு செய்யுங்கள்.

எதிர்ப்பினை விட வலிமையானது
புறக்கணித்தல்...
தீயோரை புறக்கணியுங்கள்.

தேவையில்லாத வம்புகளுக்கோ வாதங்களுக்கோ சென்று நம்முடைய மனதையோ உடலையோ நாம் காயப்படுத்த கூடாது ஆனால் நம்மைச் சீண்டுபவர்களுக்கு தக்க பதிலடி கொடுத்திட வேண்டும். அது வன்முறையால் அல்ல. நம்முடைய நல்ல அறிவாலும் சிந்தனையாலும். சமுக அவலங்களைக் கண்டு ஒதுங்கி நிற்பது ஒரு நல்ல குடிமகனுக்கு அழகில்லை. அதே நேரத்தில் அதற்க்கு எதிர்ப்பு மட்டும் குறை சொல்வது மட்டும் கூடாது. அவலங்களைக் களைவதற்கான பணிகளைச் செய்திடல் வேண்டும். நாம் வலிமையாகவும் நேர்மை யாகவும் இருக்கும் பட்சத்தில் நம்மை யாரும் நெருங்கிட இயலாது.

29. சுமையினுக்கு இளைத்திடேல்

சில நினைவுகளை
சுமப்பதற்காகவே
வாழ்ந்திடலாம்   - சதா பாரதி

இந்த அழகான வாழ்க்கையில் எத்தனை பாரங்களைச் சுமந்து வாழ்ந்து வருகிறோம். எதை யாவது இறக்கிவைக்க முயற்சித்தாலும் அது முடிவதில்லை. தாயின் கற்பத்தை சுமை என கொள்ளலாமா? அதுபோலவே வாழ்க்கையில் வரும் பல்வேறு சுமைகள் எல்லாவற்றையும் சுமையாக நினைத்திடல் கூடாது. சில சுமைகள் சுமப்பதற்கே சுகமானவைகள். சில சுமைகள் தேவையற்ற சுமைகள். ஆனால் எத்தனை சுமைகளை சுமக்க நேர்ந்தாலும் நமது மனம் இளைத்தல் கூடாது என்பதே பாரதி கூறுவது. எந்த நிலையிலும் பாரங்கள் குறித்த கவலை தேவையில்லை. அவற்றை குறைப்பதற்கோ மாற்று வதற்கோ மட்டுமே நமது வலிமையை வேண்டுதல் அவசியம்.

வல்லமை தாராயோ-இந்த
மாநிலம் பயனுற வாழ்வதற்கு?

என்றே மாநிலமான நாட்டுச் சுமையை மாற்ற தன் தோள்களில் சுமந்தானே பாரதி. அதனால் அவன் மனம் ஒருபோதும் இளைத்து விடவில்லை. எவ்வித தயக்கமுமின்றி ஒரே நேரத்தில் பல இதழ்களில் பணிச்சுமையை அதிகரித்து கொண்டாலும் தனது எழுத்துக்கள் மூலம் பலருடைய மனச்சோர்வு நீக்க பாடியவன். சின்னச் சின்ன பாரங்களுக் கெல்லாம் கலங்கி நின்றுவிடக்கூடாது என்பதை தனது கவிதைகளிலும் வாழ்க்கையிலும் நடைமுறைப் படுத்தி காட்டியவன் பாரதி.

துன்பம் நெருங்கிவந்த போதிலும் - நாம்
சோர்ந்து விடலாகாது பாப்பா
அன்புமிகுந்த தெய்வம் உண்டு - துன்பம்
அத்தனையும் போக்கிவிடும் பாப்பா

என்றே தைரியமூட்டினான் குழந்தைகளுக்கும்.

ஒவ்வொரு நிலையிலும் மனதளவிலும் உடலிலும் தளர்ந்து விட்டால்தான் சுமைகள் நமக்கு சுமைகளாகத் தெரியும். அவற்றை நாம் கடமைகளாக நினைத்தாலே சுமைகள் சுகமாகும்.

சுகமான சுமைகளை கடைசி வரை சுமக்கலாம். நாமே தேடிப் போய் சில சுமைகளை நமது தலைமேல் ஏற்றி விடுகிறோம். அந்த சுமைகளை இறக்கி வைக்க முயற்சி செய்ய வேண்டும். இல்லை யெனில் அதை சுமப்பதற்கு நம்முடைய உடலையும் மனதையும் தயார் படுத்த வேண்டும்

இதை சுமக்க வேண்டியுள்ளதே என்ற நிலையோடு சுமந்தால் சுமைகள் கனமாகிவிடும்.

ஆர்கிமிட்டீஸ் தத்துவம் சொல்வதை உங்களுக்கு நினைவு கூர்கிறேன்.

தண்ணீர் நிரம்பிய வாளி நீருக்குள் தூக்கும் போது பாரம் தெரிவதில்லை.

அது நீரைவிட்டு வெளியே வருகையில் பாரமாகிறது.

மனதால் சுமக்கும் பாரங்கள் சுகமானவை
மனமின்றி சுமக்கும் பாரங்கள்
சுமையானவை...
சுமைகளைக் கண்டு கலங்காதீர்கள்

- *சதா பாரதி*

30. சூரரைப் போற்று

பாரதியின் அடையாளங்களுள் ஒன்று வீரம். எப்போதும் யாருக்கும் தேவையின்றி அஞ்சுதல் வேண்டாம் என்றான் பாரதி. வெறும் வாய்ச்சொல் அல்ல வீரம். அது வாழ்க்கையின் ஒரு பகுதி என்றே உணர்ந்து நடந்தவன்.

ஊக்கமும் உள்வலியும்
உண்மையில் பற்றுமில்லா
மாக்களுக்கோர்கணமும்
வாழத்தகுதியுண்டோ கிளியே..?

என்று கேட்டவன் பாரதி.

வீரர்களைப் போற்றுதல் அவசியம் என்றே உணர்ந்தவன். வீரம் என்பது உடல் சார்ந்த ஒன்றல்ல, அது மனம் சார்ந்தது என்பதை உலகிற்கு உணர்த்தியவன்.

மதம் பிடித்த யானை எனத்தெரிந்தும் மறவாமல் பழம் வழங்கச் சென்றவன் தன்னை வேவு பார்க்க வந்த ஒற்றரையும் உணவுகொடுத்து உண்ணச்செய்த வீரன் பாரதி... உலகிலேயே வீரத்திற்கு அடையாளமாக புற இலக்கியமும் புறநானூறும் படைத்த இனம் நமது தமிழினம். நாம் நிம்மதியாக உறங்குவதற்கும்

உழைப்பதற்கும் உறங்காமல் உறைபனியில் காத்து நிற்கும் வீரர்கள் எத்தகைய சிறப்பு வாய்ந்தவர்கள். வீரம் என்பதும் வீரன் என்பதும் யாருக்கும் பயமின்றி இருப்பது அல்ல. பழிபாவங்களுக்கு கொடுஞ் செயல்கள் செய்வதற்கு அஞ்சுபவர்களே உண்மையில் வீரர்கள் தான். அவ்வாறு இருக்கிறோமா என்ற சுய பரிசோதனை செய்தல் அவசியமாகிறது.

பயமின்றி இருப்பதல்ல
பிறருக்கு
பாதகமின்றி இருப்பதே வீரம்

- சதா பாரதி

உலக இலக்கியங்களில் அகம் புறம் என்று பிரிக்கப்பட்டு வீரத்திற்கும் வாழ்வதற்கும் இலக்கணம் வகுத்த பெருமை நம்முடைய தமிழருக்கே உண்டு. இங்குதான் வீர விளையாட்டுகள் நிரம்பி வழிந்தன. சிலம்பும் வாளைச் சுழற்றுவதும் கண்டே பரங்கியர்கள் பயந்து நின்றனர் என்கிறான் பாரதி. நம் நாட்டு வீரத்தை மெய்பிக்கும் வகையில் சங்க இலக்கியங்களில் அத்தனை பாடல்கள் உண்டு

புறமுதுகிட்டு இறந்து கிடக்கிறான் என்பதை அறிந்து ‘‘இவனுக்கா இந்த மார்பகங்கள் பால் கொடுத்தன?’’ என்றே ஆவேசமாக தனது மார்பகங்களை வெட்டி வீழ்த்த தயாரான வீரத்தாய் நிறைந்த பூமி நமது பூமியே ஆகும்.

31. செய்வது துணிந்து செய்

தயங்காமல் எடுத்துவைக்கும்
முதல் அடியிலிருந்தே
தொடங்கிவிடுகிறது உங்களின் வெற்றி

- சதா பாரதி

துணிவும் தைரியமும் உள்ள மனிதனே தனது செயல்களில் வலிமை உடையவனாகிறான். உங்கள் எல்லாப் பயணங்களும் நீங்கள் தயங்காமல் எடுத்து வைக்கும் முதலடியில் இருந்தே தொடங்கி விடுகிறது. துணிந்தபின் துயரமில்லை என்பதை வாழ்வாகவே கைக்கொண்டவன் பாரதி. எல்லோரும் பேசத் தயங்கி நின்ற போது பெண்ணியம், விதவைகள் மறுமணம் பற்றி பேசத் தொடங்கியவன் கனகலிங்கத்திற்கு பூணூலிட்டு கம்பீரம் காட்டியவன். மீசையும் தாடியும் தலைப்பாகையும் அவனின் அடக்குமுறைக்கு எதிரான போர்க்குரலாகவே இருந்தது. அடக்குமுறைகள் சூழ நின்றாலும் பம்பரமாய் சுழன்று பத்திரிகை நடத்தியவன். அக்ரஹாரத்திலிருந்து கொண்டு அல்லாவைப் பாடியவன். ஏசுவைப் பேசியவன்.

உள்ள நிறைவிலோர் கள்ளம் புகலாகாது

என்ற கம்பீரக்குரலால் காண்டீவம் ஏந்தியவன்.

பெரிய பெரிய கனவுகளையும் ஆசைகளையும் தனக்குள்ளே வைத்து அதைக் காண துடித்தவன். துணிந்தவன்செய்யும் செயல்களில் எப்போதும் சுணக்கம் இருந்திடல் கூடாது. அவ்வாறு சுணக்கம் ஏற்படக் காரணம் செயல்களில் தெளிவின்மை ஏற்படுவதே ஆகும். சில செயல்களை இது சரியாக வருமோ என்ற ஐயத்தினாலே தள்ளிப் போடுகிறோம். அதே செயலை வேறொருவர் செய்து அங்கீகாரம் பெறும் போது மனம் பாடாய்படுகிறது. நன்கு யோசித்து ஆரம்பிக்கும் செயல்களைச் சிறப்பாக செய்ய துணிவு அவசியம். இப்போதிருக்கும் நிலையே போதுமானது. புதிதாக ஏதேனும் ஆரம்பித்து அது தவறாக போய்விடுமோ என்ற பயமே இன்றளவும் பலவற்றை நாம் மாற்றாமல் இருக்கிறோம். நாம் எப்போதும் குடிக்கும் தேநீர் கடை, எப்போதும் பயன்படுத்தும் சாலை, எப்போதும் அமரும் இருக்கை போன்ற எல்லாவற்றையும் மாற்றி பார்க்க மனம் விரும்புவதில்லை. கொஞ்சம் வேறு வகையில் மாற்றிப் பாருங்கள். ஒருவேளை புதியவைகள் இதைவிட சிறப்பாகக் கூட இருக்கலாம். ஒருவேளை சரியாக இல்லை யெனில் திரும்பிவிடுவதில் சிரமமேதுமில்லை.

ஒரே இடத்தில்தேங்கிவிடாதீர்கள்
ஓடிக்கொண்டிருங்கள்
தெளிந்த நீர் போல

பலநேரங்களில் நாம் செய்யும் செயல்கள் சரியானதா என்ற தயக்கம் ஏற்படும்போது நம்முடைய செயல்களில் சுணக்கம் ஏற்பட்டு விடுகிறது. சில நல்ல முயற்சிகளை ஆரம்பத்தில் அனைவரும் குறையாகவே சொல்வார்கள். அதற்கான அங்கீகாரமும் கிடைக்காது. இதையெல்லாம் மனதிலே வைத்து நாம் நாம் முடங்கிக் கிடந்தோம் என்றால் நம்மால் இந்த உலகில் சாதனை படைக்க இயலாது. தனது இனமே தன்னை எதிர்த்து நின்றபோதும், வாழ வழியின்றி வறுமை விரட்டியபோதும், ஒரு புறம் ஆங்கிலேயர்கள் மறுபுறம் பிரஞ்சு போலிஸ் என்ற நிலையிலும் கவிதைகளை வடித்து தேச விடுதலைக்கு வித்திட்டவனே நமது மகாகவி என்பதை மனதில் நிறுத்துங்கள்.

32. சேர்க்கை அழியேல்

நல்லவர்கள் ஜெயிக்கும் போது
நாமும் ஜெயித்து விடுகிறோம்

- சதா பாரதி

வித்யாசமான பார்வை பாரதிக்கு எப்போதும் உண்டு. சேர்க்கை என்பதை எதை குறிக்கிறது. சேர்ப்பது எல்லாம் சேர்க்கை ஆகுமா என்ற கோணத்தில் யோசித்து பார்க்கும் போது அவனுடைய நிறைவு வார்த்தை அழியேல் என்று முடிகிறது. நல்லவற்றை சேர்க்கும் போது அது ஒருபோதும் அழிவதில்லை என்பதே பாரதியின் விருப்பம் ஆக இருந்தது.

பாரதிக்கு புதிய தேடல்கள் இருந்து கொண்டே இருந்தது எனில் அது மிகையாகாத ஒன்று. ஆனாலும் வேடிக்கை மனிதரைப் போல வாழ விரும்பவில்லை. பொருளோடு கூடிய புகழ் பெற்று வாழவே விரும்பியவன். இறந்த பின்னரும் இறவாத புகழுடனே வாழ்ந்து வருவதற்குக் காரணம் அவன் சேர்த்த நேர்மை, மன உறுதி, மனிதம் ஆகியனவே ஆகும். தனக்காக எதையும் சேர்க்காத அவன் மாநிலம் பயனுற வாழவே வேண்டினான். நிலைத்தப் பொருள் தரும் பணிகளையும், கவிதைகளையும், நல்ல நண்பர்

களையுமே சேர்த்து வந்தான் பாரதி. எளிய மனிதர்களின் அன்பே அவனது அதிகபட்ச வங்கி இருப்பாக இருந்தது எனில் அது மிகையாகாது. தனது வறுமையில் கூட நம்பிக்கை தளராத மனதையும் மானத்தையும் அழியாமல் சேர்த்துவைத்தவன்.

இந்த உடலும் உயிரும் உலகமும் நிலையற்றது என்ற தத்துவம் பேசும் நேரத்தில் நாம் வாழ்வதற்கான மெய்ப்பொருள் தேடி அதை சேர்த்து வைக்க வேண்டும். நல்ல குணங்களைச் சேர்க்க வேண்டும். நண்பர்களின் அன்பையும் ஆதரவற்றோரைப் பார்க்கும் போது அவர்களை அரவணைக்கும் கருணையையும் சேர்க்க வேண்டும். புதிய புதிய நல்ல எண்ணங்களைச் சேர்க்க வேண்டும். உங்களுக்காக சேர்த்த பொருள் யாவையும் உங்களோடே மறைந்து விடும். ஊருக்காக சேர்த்த அனைத்தும் உலகம் உள்ளளவும் அழியாமல் இருக்கும். நல்லவற்றை அடுத்த தலைமுறையினருக்கும் சேர்த்து வைப்போம்.

நாம் சேர்த்துவைக்கும் உடைமைகள் மட்டுமல்ல நல்ல உணர்வுகளும் நம்முடைய அடுத்த தலைமுறைக்கு பயனுள்ளதாக அமையும். அப்படிப்பட்ட சேர்க்கை காலம் தாண்டியும் நமக்கு கைகொடுக்கும். நமது பேர் சொல்லும். தமிழின் தொன்மைகளைப் பேச இன்றளவும் நமக்கு மிகப்பெரிய சேர்க்கையாக இருப்பது நம்முடைய இலக்கியங்களே ஆகும். தீக்குள் விழ இருந்த இலக்கியங்களை மிக கடுமையான தேடலலால் நம்மிடம் கொண்டு சேர்த்த தமிழ் தாத்தாவே நமக்கு மிகப்பெரிய, அழியாத, கம்பீரமான இலக்கியங்களை சேர்த்து கொடுத்துள்ளார். சேர்க்கை என்பது உறவுகள், நட்புகள் தாண்டி உலகம் முழுவதும் உள்ள நல்ல விஷயங்கள் யாவையும் விருப்பத்தோடு இணைப்பதே ஆகும். அவ்வாறு சேர்த்த நல்லவற்றை அழியாமல் பாதுகாக்க வேண்டும்.

33. சைகையில் பொருளுணர்

சைகையே மனிதனின் முதல் மொழி ஆகும். கை செய்வதே பின்னாளில் சைகையானது என்றும் சொல்வர். சைகை செயல்படுத்த சங்கடங்கள் ஏற்பட்ட போதே மொழி உருவானது என்பதே வரலாறு. இன்னொரு உண்மையும் மிக முக்கிய ரகசியங்கள் இன்று வரை சைகையாகவும் சங்கேத மொழிக்குறியீடாகவும் இருந்து வந்துள்ளன. உடல் குறிகளைக் கொண்டே ஒருவனின் உள்ளத்தை அறியும் உன்னதங்களை அறிந்த பாரதியே சைகையில் பொருளுணர் என்று அறிவிக்கிறான்.

தலைமறைவாக வாழ்ந்த காலத்தில், தேசபக்தர்கள் மாறுவேடத்தில் அலைந்து திரிந்த காலத்தில் சைகை அவர்களுடைய உடல் மொழியாகவும் இருந்திருக்கிறது. தொடர்ந்து வந்த போலீஸ் காரர்களை அவர்களின் செய்கையினால் அறிந்து கொண்ட தேசபக்தர்கள் அவர்களை விரட்டிய வரலாறும் உண்டு. அளவுகடந்த அன்பிற்கும் காதலுக்கும் மொழி அவசியமில்லை. கண்ணசைவும் காலசைவும் கூட ஏதோ ஒரு பொருளை உணர்த்திவிடும். சின்னச் சின்ன அசைவுகள் கூட ஏதாவது ஒரு பொருளை சொல்லிவிடும்.

பசியோடிருக்கும் ஒருவனின் முகமறிந்து அவன் கேட்பதற்கு முன்னர் அவனுக்கு உணவுகொடுத்தலும், ஆறுதல் தேடும் உள்ளங்களின் விழியசைவுகளை புரிந்து ஆறுதல் கொடுத்தலுமே அவர்களுக்கு நாம் செய்யும் மிகப்பெரிய சேவையாகும்.

காண்பதெல்லாம் மறையுமென்றால்
மறைந்த தெல்லாம் காண்பதுவுமன்றோ

என்ற ஞானப் பார்வை பாரதியிடம் இருந்தது.

அவன் தேச பக்தர்கள் வடிவிலே இருந்த வெள்ளையர்களையும் ஒற்றர்களையும் அவர்களுடைய உடல்மொழியால் அறிந்து கொண்டான். கலைகளை உணர்வதற்கு மொழிதடையாக இருந்து விடக்கூடாது என்பதை உணர்ந்த பின்னரே சார்லி சாப்ளினின் மௌனப் படங்கள் வெற்றி பெற்றன. இன்றளவும் நம்முடைய சிறு குழந்தைகள் காட்டும் சைகைகளை வைத்தே பொருளுணரும் உன்னதம் நமக்கு கைவந்த கலையாகவே உள்ளது. தனது உணர்வுகளை வெளிப்படுத்த இன்றுவரை வாய் பேச இயலாதவர்களும் காதுகேளாதவர்களும் பயன்படுத்தும் அற்புத மொழி சைகையே ஆகும்.

ஆயிரம் மொழிகள் சொல்லாத பலவற்றை சில சைகைகள் சொல்லிவிடும்.

நல்ல அன்பிற்கோ கலைக்கோ மொழி தேவையில்லை. ஆயிரம் வார்த்தைகள் உணர்த்த இயலாத உணர்வினை சைகை உணர்த்திவிடும். பசியோடு இருக்கும் மகனின் உணர்வை அவன் கேட்காமலே உணவளிக்கும் தாய்க்கு எந்த மொழியும் அவசியப்படுவதில்லை. இன்றைய சூழலில் உலகம் விரிந்து கிடக்கிறது. சில குறியீடுகள் அனைவருக்கும் புரிந்து விடுகிறது. நம்முடைய உள்ளம் வெளிப்படுத்தும் புன்னகையும் கண்ணீரும் கூட சைகையின் மொழியே ஆகும். உங்களின் உடலசைவு மொழிகளே உங்களுடைய கம்பீரத்தை வெளிப்படுத்தும் என்பதில் ஐயமில்லை.

34. சொல்வது தெளிந்து சொல்

சொல் ஒன்று வேண்டும்
தேவ சக்திகளை நம்முள்ளே நிலைபெறச் செய்யும்
சொல் ஒன்று வேண்டும்.

- சதா பாரதி

உங்கள் வாழ்க்கையை வெளிப்படுத்துவதே உங்கள் வார்த்தைகள்தான் என்பதே உளவியலாளர்கள் சொல்லும் உண்மையாகும். மனதிலே உண்மையும் நம்பிக்கையும் உங்கள் வார்த்தைகள் பலரை மாற்றும் மந்திரங்களாகவே வெளிப்படும்.

உள்ளத்தில் ஒளியுண்டாயின்
வாக்கினிலே இனிமையுண்டாகும்

என்ற பாரதி வரிகளே சாட்சி.

மனதிலே உறுதி இருந்தாலே வாக்கினிலே இனிமை வந்து அமரும். மருந்துகள் தர முடியாத ஆறுதல்களை நல்ல வார்த்தைகள் தந்துவிடும் என்பதிலே பாரதிக்கு அளவில்லா நம்பிக்கை உண்டு.

ஒவ்வொரு சொல்லும் அவனுடைய எழுத்திலும் பேச்சிலும் வெளிப்படும்போது அக்கினிப் பிழம்பாகவே வெளிப்பட்டு தீமைகளை சுட்டெரிக்கிறது.

**ஊருக்குநல்லதுசொல்வேன் - எனக்கு
உண்மை தெரிந்தது சொல்வேன்**

என்கிறான் பாரதி.

நீங்கள் சொல்லும் சொல் உங்களுக்கோ இந்த உலகிற்கோ ஏதாவது ஒரு நன்மையைத் தருவதாகவோ நம்பிக்கை தருவதாகவோ இருக்க வேண்டும் என்பதில் உறுதியாக இருந்தவன். வெற்று அலங்கார வார்த்தைகள் அவசியமில்லை என்பதிலே கம்பீர நம்பிக்கை கொண்டிருந்தவன். உங்கள் வார்த்தைகளே வாழ்க்கையின் திறவுகோலாகும். காலம் காலமாக விரிச்சி கேட்டலை வழக்கமாக கொண்டுள்ளது நமது தமிழ்ப்பண்பாடு. வாழ்த்துக்களும் பாராட்டுக்களும் ஆறுதல்களிலும் அடங்கியிருக்கும் சொற்களே பலரையும் வழிநடத்துகிறது என்பது உண்மையான நிலையாகும். சொல்லும் சொல்லிலே தெளிவும் உண்மைகளை உரக்கச் சொல்லும் பாங்கும் உள்ளவர்களை யாரும் வெல்ல இயலாது.

**தெளிந்து சொல்லுங்கள்
தெரிந்தபின் சொல்லுங்கள்
நல்லவற்றை...**

- சதா பாரதி

நம்முடைய வார்த்தைகள்தான் நம்முடைய வாழ்க்கையின் திறவுகோலாகும். மிக நம்பிக்கையான வார்த்தைகளே பலருக்கு வெற்றிக்கான சூத்திரங்களாக விளங்கியுள்ளன. அந்த வகையில் நமக்கு மிக தெரிந்த குழப்பமில்லாத வார்த்தைகளை பேசுதல் நலமாகும். அந்த வார்த்தை பலருக்கு ஆறுதல் தராவிட்டாலும் யாருக்கும் தீங்கு செய்துவிடக்கூடாது. நம்மில் பலர்க்கும் உள்ள சிறு குறைபாடு என்னவெனில் நாம் சொல்வதைப் போல வாழ்வதில்லை என்பதே ஆகும். முடிந்த வரையில் நம்முடைய வாழ்வை நாம் என்ன சொல்கிறோமோ அதன் படியே வாழ்வதற்கு முயற்சி செய்ய வேண்டும்.

நல்ல மாற்றத்தைத் தரும் சொற்களே மந்திரங்கள் எனப்படும்.

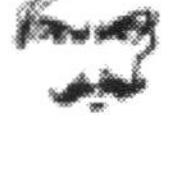

35. சோதிடந்தனை இகழ்

வெற்று புலம்பல்கள்
தீர்வுகளைத் தருவதில்லை *- சதா பாரதி*

பாரதியின் வித்யாசமான பார்வையில் இதுவும் ஒன்றாகும். சில வரிகளை மட்டுமே வைத்துக் கொண்டு சூழலை ஆராயாமல் இப்படி சொல்லிவிட்டேனே என்றே புலம்பும் வரிகளிலே இதுவும் ஒன்று. பாரத தேசத்தில் ஜோதிட நம்பிக்கை காலம் காலமாக இருந்து வரும் நம்பிக்கை ஆகும். ஆனால் சிலருடைய தவறான அணுகுமுறையாலும் தேவையில்லாமல் செய்யும் டாம்பீகமும் தன்னை கடவுளின் பிரதிநிதியாக கருதுவதுமே சோதிடத்தின் மீதான பாரதியின் வெறுப்பு.

வானை அளப்போம் -கடல்
மீனை அளப்போம்

என்றவன் பாரதி.

விஞ்ஞான அறிவும் ஆன்மீக அறிவும் ஒருங்கே பெற்ற ஞானி பாரதி. சோதிடம் பலரது வாழ்க்கையை முடக்கிப்போட்டதை கண்டே உள்ளம் கொதித்தவன். சடங்குகளால், பெண்களையும் குழந்தைகளையும்

கட்டுப்பாட்டுக்குள் வைத்திருந்த கூட்டத்தை வெறுத்தவன். மனிதர்கள் அனைவருமே இறையின் அம்சங்கள் என்பதிலே பாரதிக்கு மிகப்பெரிய நம்பிக்கை இருந்ததால் இது போன்ற சில போலித்தனமாக சமயச்சடங்குகளில் அவனுக்கு நம்பிக்கை இருந்ததில்லை.

மனித நேயத்தில் நம்பிக்கை நிறைந்த பாரதி சோதிடத்தால் தவறான பாதைகாட்டும் சிலரை இகழச் சொன்னான். சோதிடம் நம்பிக்கையையும் முயற்சியையும் தூண்டுவதாக அமைய வேண்டும். எதிர் மறையான கருத்துக்களை ஒரு போதும் சொல்லக்கூடாது என்பதில் பெருமிதமே பாரதிக்கு... சோதிடத்தின் மீது பாரதிக்கு வெறுப்பு இல்லை. ஆனால் சோதிடம் மூலம் மட்டுமே வாழ்க்கையை நகர்த்த முடியும் என்ற நம்பிக்கையை ஏற்படுத்தி வாழ்க்கையை முடக்கிப் போடும் போலியான சிலரின் மீதான கோபமே அது. சோதிடம் என்பது நம்பிக்கை சார்ந்தது கடவுளைப் போலவே . ஆனால் அது ஒரு போதும் இயற்கையை வென்றுவிட முடியாது. இறைவனையும் வென்றிட முடியாது.

நம்மை மீறிய ஒரு சக்தி உள்ளது என்பது எனக்குரிய நம்பிக்கை. அதையே பராசக்தியாக பாரதி உருவகப்படுத்தினான். ஆனால் நம்முடைய எல்லா செயல்களுக்கும் விதியை மட்டுமே காரணம் காட்டி அதற்க்கு சோதிடம் என்ற வடிவத்தில் சிலர் செய்யும் ஏமாற்று வித்தைகளை இன்றளவும் நாம் பார்க்க முடிகிறது. நாம் செய்யும் செயல்கள் நம்மை வழி நடத்தும். நமக்கு சாதகமான சூழல், தட்ப வெப்ப நிலை, காலம், களம் ஆகியவற்றை கணித்து அந்த காலத்தில் ஒரு செயலை தொடங்கினார்கள். நாமும் இன்றைய சூழலுக்கு ஏற்றவகையில் அவ்வாறு தொடங்கலாம். அதை விடுத்து தவறான நபர்கள் கூறும் வார்த்தைகளை நம்பி நம்முடைய வாழ்வை இழந்து விடுதல் கூடாது.

36. சௌரியம் தவறேல்

சரியான நேரத்தில்
வெளிப்படாத வீரமும்
கோழைத் தனமே - *சதா பாரதி*

சௌரியம் என்பதற்கு களவு, வீரம் என்ற இரண்டு பொருள் தருகிறது கழகத் தமிழகராதி. களவு என்றால் காதல். வீரம் என்பது நமது அடையாளத்தில் ஒன்றே. காதலையும் வீரத்தையும் கைக்கொள்ளுதல் அவசியமாகும். இரண்டுமே அக, புற இலக்கியங்களாக சங்க இலக்கியம் கொண்டாடி மகிழ்கிறது. காதல் வரும்போதே வீரமும் சேர்ந்து கொள்கிறது என்பதால் தான் பாரதி இப்படி ஒரு வரியினைக் கூறியுள்ளான்.

பார்த்தவிடத்திலெல்லாம்-உனைப்போலவே
பாவை தெரியுதடி

என்ற வரிகள் போதும் பாரதியின் காதலைப் பாடுவதற்கு. காதல் ஒரு சமூகத்தை மாற்றும் என்பதை தீவிர நம்பிக்கை உடையவனாகவே இருந்தான்.

காதலினால் மானிடர்க்கு கலவியுண்டாம்
கலவியினால்கவலைதீரும்
....
ஆதலினால் காதல் செய்வீர் உலகத்தீரே

என்ற அழைக்கிறான் மானிடத்தை.

அவன் பாடிய கண்ணம்மா பாடலும் கண்ணன் பாடலும் குயில் பாட்டும் காதலின் உச்சத்தை சொல்வதாகவே உள்ளன. காதலை காப்பாற்ற அவசியம் தேவை வீரமே என்பதும் அவனுக்குத் தெரிந்தது என்பதாலே இப்படி ஒரு வரியைத் தேர்ந்தெடுத்தான். நமது வீரம் சரியான நேரத்தில் வெளிப்பட வேண்டும் என்பதில் உறுதியானவன் என்பதால்தான் இந்த புதிய ஆத்திசூடியின் முதல் வரியே அச்சம் தவிர் என்றே ஆரம்பித்துள்ளான்.

காதலும் வீரமும் ஒன்றோடொன்று தொடர்புடையதே ஆகும். காதல் வருகையில் வருபவரைக் காக்க வேண்டும் என்ற போது வீரமும், கட்டுக்கடங்காமல் உள்ள வீரத்தைக் காணுகையில் ஒருவித காதல் வருவதையும் தவிர்க்க இயலாது என்பதே உண்மையாகும். தைரியமின்றி காதலித்து பின்னர் புலம்புதல் கூடாது. மிகச்சிறந்த வீரமே காதல் எனலாம்...

காதலைப் பாடாத கவிஞர்கள் யாரும் இல்லை எனலாம். அதையும் தாண்டி மானுடக் காதல் மட்டுமன்றி இறைக் காதலையும், குயில் பாட்டின் மூலமாக உருவகமாக சில சித்தாந்தங்களையும் நம்மிடையே விதைத்தவன் பாரதி. இன்றளவும் நம்முடைய தமிழ்ச் சமூகம் புகழோடு நிலைத்து இருப்பதற்கு காரணமே இங்கே கொண்டாடப்படும் காதலே ஆகும். சாதாரண மானிட பெண் இறைவனை அடைய முடியும் என்றே உணர்த்தி நிற்பதே ஆண்டாளுடைய காதலாகும். இந்த காதலே வாழ்வை ரசனையோடு நகர்த்தும் என்பதிலே ஐயமில்லை.

37. ஞமலி போல் வாழேல்

பொறாமையும் ஆணவமும்
நமக்குள் குடியேறும்போது
கடவுள் நம்மைவிட்டு
வெளியேறி விடுகிறான் *- சதா பாரதி*

ஞமலி என்பது நாய் இனங்களுள் ஒன்று. வேட்டைக்காக பயன்படுத்தும் நாய்கள். எஜமானரின் எலும்புத்துண்டிற்கு ஆசைப்பட்டு இரையை குறி பார்த்து கவ்வும் நாயினம். ஓநாய்களின் கடைசி எச்சம் இந்த ஞமலி. இதைப்போன்ற சிலர் ஆங்கிலேயரின் எலும்புத்துண்டிற்கு ஆசைப்பட்டு தேசத்தைக் காட்டிக்கொடுக்கும் ஈனர்களைப் பார்த்து பாரதியின் கோபத்தின் காரணமாக எழுதிய வரிகளே இவைகள்.

சொந்தச்சகோதரர்கள் துன்பத்தில் சாதற்கண்டும்
சிந்தையிரங்காதவரடி
செம்மை மறந்தாரடி

என்றே கிளிக்கண்ணியில் பாடுகிறான்.

தேசத்தின் விடுதலையைக் கொச்சப்படுத்தும் வேடிக்கை மனிதரைப்பார்த்து கொதித்தவன். எவ்வித

முயற்சியுமே இன்றி வெந்ததை தின்று விதியைப் பார்த்து விரக்தியோடு வாழ்ந்தவர்களை தனது பாடல்களால் தைரியம் செய்தான். வேட்டை நாயாக இருந்து காட்டிக் கொடுப்பவர்களைப் பார்த்தே,

நாயும் பிழைக்கும் இந்த பிழைப்பு

என்கிறான். நமக்குக் கிடைக்கும் விடுதலையால் அனைவரும் சரிநிகர் சமானமாக வேண்டும் என்றே வேண்டிநின்றான். தேசம் ஒன்றுபட்டு எதிர்த்து நிற்கும் போதே சாத்தியம் என்பதை உணர்ந்தான். நிவேதிதா தேவியை சந்தித்த பின் பாரதிக்கு புதிய ஞானம் கிடைத்து பெண்கள் அனைவரையும் விடுதலைக்குப் பயன்படுத்த வேண்டும் என்றே முழங்கினான். வேடிக்கை மனிதரைப் போல வாழ விரும்பவில்லை பாரதி.

நாய்களுக்கும் நமக்கும் வித்தியாசம் உண்டு என்பதை உணர வேண்டும்.

நமக்கு இருக்கும் அறிவுகளால் அறங்களைப் பிரித்துப் பார்த்து அதனை செயல்படுத்த வேண்டும்.

'அவன்தான் சம்பளம் கொடுக்கிறான். சோறு போடுறான். அவனை மீறி என்னால் எதுவும் செய்ய இயலாது' என்றே சமாதானம் செய்தே விரக்தியோடு செய்யும் தவறுகளை விலக்கிவிடுங்கள். உங்களுக்கென இருக்கும் சுயத்தை எந்தச் சூழலிலும் விட்டுக்கொடுக்காதீர்கள். ஆசைகளால் சலனப்பட்டு சராசரியாக வாழ முயற்சிக்க வேண்டாம்.

ஓநாய்களை அன்போடு தடவியதாலே அவைகள் நாய்களாகின என்ற சிந்தனையும் இங்கு உண்டு. அன்பாலே தடவிக் கொடுங்கள் இதயங்களை...

இமயமும் சாத்தியமே.

38. ஞாயிறு போற்று

அதிகாலையில் எழுந்த நம் முன்னோர்கள் சூரிய வணக்கத்தை ஒரு வழிமுறையாக வைத்தே வாழ்ந்து வந்தனர். அதன் மூலமாகவே திடமான மனதையும் வளமான மனதையும் உடையவர்களாக வலம் வந்தனர் என்றால் அது மிகையாகாது.

ஞாயிறு போற்றுதும்
ஞாயிறு போற்றுதும்

என்பார் இளங்கோவடிகள்.

அவரை வணங்கிய பாரதிக்கு சூரியனின் மேல் தனிப்பிரியம் எப்போதும் உண்டு. நம்முடைய மரபிலே ஞாயிறு என்பது மிகப்பெரிய வணக்கத்திற் குரியதாகவே கருதப்படுகிறது. பாரதியின் கடைசி காலகட்டங்களில் அவன் சூரியனையே வெறித்து பார்த்தபடி கடற்கரையில் அமர்ந்திருப்பானாம். அதனாலேயே அவனது கண்கள் இறுதிக் காலங்களில் அக்னிப்பிழம்பாக காட்சியளித்தது என்றே வ.ரா குறிப்பிடுகிறார்.

சுட்டும்விழிச்சுடர்தான் கண்ணம்மா
சூரிய சந்திரரோ?

என்ற படி அழகிய உவமைகளைப் பெண்ணின் கண்களுக்கு பயன்படுத்தினான். பெண்களை போகப் பொருளாகவே கருதிய கால கட்டத்தில் அவர்களைச் சூரியனின் பிம்பங்களாக பாடியவன் பாரதி

மரணமில்லாப் பெருவாழ்வு குறித்த அவனது சிந்தனைகள் அவனுடைய கடைசி காலகட்டங்களில் குள்ளச்சாமியாரை சந்தித்த பின் தோன்றியது எனலாம்...

உலக நாடுகள் அனைத்திலும் சூரிய வணக்கம் என்பது பொதுவான ஒன்றாகக் கருதப்படுகிறது. உழவர்களின் நன்றி அறிவிக்கும் திருநாளாகவும் அது பார்க்கப்படுகிறது.

"ஞாயிறு நன்று திங்களும் நன்று வானத்து சுடர்களெல்லாம் மிக நன்று".

என்ற அளவில் இயற்கை அனைத்தையும் வணங்கும் முகமாகவே பார்த்தவன் பாரதி.

இந்தியாவில் இருக்கும் ஆன்மீக வழக்கங்களுக்குள் ஒவ்வொரு அறிவியல் காரணங்களும் இருக்கின்றன என்பதை உணர்ந்து அதற்குரிய காரணத்தையும் பல சமயங்களில் விளக்கியவன்.

உலகத்தின் தொடக்கம் சூரியனின் பிழம்பு என்பதை உணர வேண்டும். ஒவ்வொரு நாளும் இந்த உலகம் இத்தனை அழகோடும் வியப்போடும் இருப்பதற்கு அடிப்படை காரணமான ஞாயிறை வணங்குவது நம்முடைய கடமையாகும் என்பதை அனைவருக்கும் அறிவித்தவன் பாரதி.

39. ஞிமிறென இன்புறு

கடின உழைப்புதான்
வெற்றிக்கான திறவு கோல் *- சதா பாரதி*

ஞிமிர் என்றால் வண்டு இனங்களில் ஒன்று. தேனீக்கள் போல பூக்களைத் தேடி ரீங்கார இசையோடு சுற்றித்திரியும் வண்டுகள் சுறுசுறுப்பாக மகிழ்ச்சியாக இருத்தலைப் போல மகிழ்ச்சியால் மனம் பறக்க வேண்டும் என்கிறான்பாரதி.

சின்னஞ்சிறுகுருவிபோல-நீ
பறந்துதிரிந்துவா பாப்பா
வண்ணப்பறவைகளைக்கண்டால் - நீ
மனதில் மகிழ்ச்சி கொள்ளு பாப்பா
என்றும்
விட்டுவிடுதலையாகி நிற்பாயிந்தச்
சிட்டுக்குருவி போல

என்றும் கவலைகளைக் கடந்து மகிழ்ச்சி ரீங்காரமாய் பறக்கும் இனங்கள் மேல் பாரதிக்கோ அலாதிப்பிரியம் என்பதன் விளைவே அவனுடைய குயில் பாட்டு. எப்போதும் இசையோடு கூடிய ரீங்காரத்தோடு சோர்வில்லாத பயணிக்கும் வண்டுகள்

போலவே நம் வாழ்க்கையும் அமைதல் அவசியம் என்பதை வலியுறுத்தியவன். வண்டுகள் தனது இருத்தலை உணர்த்தவே ரீங்காரம் எழுப்புவது போல அழகிய வாழ்க்கையை மகிழ்ச்சி பொங்க வாழ்வதை அவற்றைப் பார்த்து கற்றுக் கொள்ள வேண்டுமென்கிறான்.

தேனீக்கள் எத்தனை முறை தேன் கூட்டை கலைத்து அதன் உழைப்பையெல்லாம் உறிஞ்சி எடுத்தாலும் எந்த சங்கடமுமில்லாமல் மீண்டும் மகிழ்ச்சியோடும் நம்பிக்கையோடும் தனது பயணத்தை தொடர்வதைப் போல நமது பயணமும் அமைதல் அவசியமாகும்.

நம்மிடமுள்ள பொருட்களைத் திருடி விடலாம். ஆனால் நம்பிக்கையுடன் மகிழ்ச்சி கொண்டு உழைக்கும் போது இழந்தவற்றை விட அதிகமான பொருட்களையும் மகிழ்ச்சியையும் பெற்றுவிட முடியும். ஒவ்வொரு நாளுமே நமது வாழ்க்கையில் கிடைத்த மாபெரும் பொக்கிஷங்களே என்பதை மனம் உணர்ந்து சோர்வில்லாத சலிப்பில்லாத மகிழ்ச்சியோடும் நம்பிக்கையோடும் தேன் நிறைந்த பூக்களை நோக்கி ரீங்காரத்தோடு பறக்கும் வண்டுகள் போல வாழ்க்கைக்கு தேவையானவைகள் எவை என்பதை அறிந்து கொள்ள வேண்டி மனம் மகிழ்வோடு வாழ்தலே இந்த மனித வாழ்விற்கு நாம் செய்யும் மிகப்பெரிய நன்றிக்கடனாகும். பலமுறை பாரதியின் எழுத்துக்களையும் அவனுடைய உடைமைகளையும் கலைத்துப்போட்ட வெள்ளையர்களால் அவனுடைய ஞானத்தை களவாட முடியவில்லை என்பதே நிதர்சனமாகும். தேனை விரும்பும் வண்டுபோலவே அவனுடைய மனம் தேடலை விரும்பியது.

**வாழ்ந்து பார்க்கலாம் மகிழ்ச்சியோடு
வாருங்கள் நண்பர்களே** - *சதா பாரதி*

40. ஞெகிழ்வது அருளின்

சக மனித நேசிப்பே
இறைவழிபாடு *- மகாத்மா*

இளகிய மனம் படைத்தவர்களால்தான் இன்றளவும் உலகம் இயங்கி வருகிறது என்றால் அது மிகையாகாத ஒன்றே. அதிகமாக இரக்கத்தோடும் கருணையோடும் நாம் செய்யும் செயல்கள் நம்மையே பலருக்குக் கடவுளாகக் காட்டிவிடும். அவ்வாறு இரக்கத்தோடு நாம் இருப்பது மட்டுமல்லாமல் அன்போடு நம்மிடம் வருபவர்களுக்கு வேண்டியதை அருள்வதும் நமது கடமையாகும். அருள் என்ற சொல் கடவுளுக்கு மட்டுமே வழங்கி வரும் சொல்லாகும். எவ்வித பலனையும் எதிர்பாராமல் எல்லோருக்கும் இளகும் மனமாக இருக்கும் கடவுளே அருள்வதற்கு தகுதியானவன். அந்தத் தகுதி நமக்குமே வரவேண்டும் என்பதே பாரதியின் வாக்கு. இது இரண்டு வழிப்பாதை. நாமும் உதவ வேண்டும் மனம் நெகிழ்ந்து வேண்டுபவர்களுக்கு அப்போதுதான் நாம் வேண்டுவன எல்லாம் கிடைக்கும் என்பதே பாரதியின் கோட்பாடு.

> நின்னைச் சில வரங்கள் கேட்பேன்-அதை
> நேரிலே இன்றெனக்குத் தருவாய்

என்பன போன்ற வேண்டுதல்களை வைத்த பாரதி வெளியே வெள்ளுடையோடு சென்று மாலை வீடு திரும்புகையில் அவருடைய உடுப்புகளில் ஏதேனும் ஒன்று குறைந்திருக்கும். காரணம் கருணையோடு சமூகத்தை அவன் பார்த்த பார்வை. ஆடையின்றி இருக்கும் பலருக்கும் ஆடையளித்தவன். பெருங்காற்று புயலடித்து ஓய்ந்த நிலையில் புதுச்சேரி வீதிகளில் மறுநாள் காலை கஞ்சி தொட்டி வைத்து அனைவருக்கும் உணவு, உடை, இருப்பிடம் கொடுத்து உதவியவன். அவன் வீட்டு முற்றமே காக்கைக்கும் குருவிகளுக்கும் சாப்பாடு மேசை. தனக்குக் கிடைத்த உணவு எதுவாக இருந்தாலும் பகிர்ந்து உண்பதை பழக்கமாகக் கொண்டவன்.

> காணி நிலம் வேண்டும் - பராசக்தி
> காணி நிலம் வேண்டும்

என்ற பாடலில் தனது தேவைகளை அடுக்குவான். அவனது தேவைகளில் எப்போதும் பொதுநலம் கலந்தே இருக்கும். பராசக்தியை அவன் வேண்டுகையில் ஒரு கம்பீரமும் ஒரு குழந்தை அன்னையிடம் கேட்பது போன்ற பிடிவாதமும் எஞ்சியிருக்கும்.

இந்த உலகத்தில் கருணையோடு அணுகுபவர்கள் இன்றளவும் இருக்கத்தான் செய்கிறார்கள். அன்போடும் பரிவோடும் அடுத்தவருக்கு உதவும்போது இறைவனே இறங்கி வந்து நம்மிடம் உதவிகேட்பான். உறவுகளின் உன்னதங்களே நாம் நெக்குருகி அழும்போதே வெளிப்படும். வாழ்க்கை என்பதே ஒருவருக்கொருவர் புரிந்து கொண்டு தேவைகளை நிறைவேற்றிக் கொண்டு வாழ்வதிலேயே உள்ளது. சின்னச் சின்னச் சந்தோசங்களும் பிரியங்களுமே நமது வாழ்க்கையை இன்னமும் அர்த்தமுள்ளதாக்குகிறது.

> இரக்கத்தோடு வாழ்ந்து பாருங்கள்
> இறைவனும் இறங்கி வருவான்
> உங்கள் அன்பிற்காக...

- சதா பாரதி

41. ஞேயம் காத்தல் செய்

நண்பர்களோடு பேசுவதற்கு
நேரம் ஒதுக்குங்கள்
அவர்களே நம் வாழ்வின் வழிகாட்டிகள்.

- சதா பாரதி

ஞேயம் என்பதற்கு நட்பு, அறியப்படுவது, கடவுள் என்று பொருள் கூறுகிறது கழகத்தமிழகராதி. கடவுளைக் காக்க வேண்டிய அவசியமில்லை. அறியப்படுதலையும் நட்பையும் காத்தல் அவசியமாகிறது. நட்பிற்கு இலக்கணமாகத் திகழ்ந்தவன் பாரதி

வ.உ.சி, சுப்ரமணிய சிவா, அரவிந்தர், வ.வே.சு அய்யர், வ.ரா., பாரதிதாசன், குவளைக் கண்ணனார், சுரேந்திரநாத் ஆரியா என்ற வகையில் கட்டுக்கடங்காமல் போகும் பாரதியின் நட்புப் பட்டியல். ஏன் தலைவர்கள் மட்டுமல்ல புதுச்சேரியில் பிர்க்கா வண்டிக்காரர்களே அவர்களின் ரசிகர்கள் நண்பர்கள் எனலாம். கழுதை, ஆடுகள், மாடுகள், குயில், கிளி, காக்கை சிட்டுக்குருவி என்ற அவனது நட்புப்பட்டியல் நீளும். அவன் யானையின் காலடியில் விழுந்து கிடந்த போது எவ்வித அச்சமுமின்றி

அப்படியே தூக்கி தூக்கிக்கொண்டு வண்டியிலேற்றி மருத்துவரிடம் அனுப்பிய குவளைக் கண்ணனாருக்கு தெரியும் பாரதியின் நட்பின் பெருமை.

> கொத்திதிரியுமந்தகோழி - அதைக்
> கூட்டி விளையாடு பாப்பா
>
> என்பவன்
>
> வாலைக்குழைத்துவரும்நாய்தான் - அது
> மனிதருக்கு தோழனடி பாப்பா
>
> என்பான் ...

ஐந்தறிவு ஜீவராசிகளிடமும் நேசத்தோடு பழகியவன் பாரதி. வ.உ.சி யின் சுதேசிக் கப்பல் கடன் சுமையால் விற்கப்படும் நிலை வந்த போது கண்ணீர் பொங்க பராசக்தியைச் சாடியவன் பாரதி. அடுத்தது அவன் அறிந்த தேசம் குறித்த ரகசியத் தகவல்களை சுதேசிகளிடம் கடத்துவதில் திறமையானவனாகவே திகழ்ந்தவன்.

மாறுவேடத்தில் தலைமறைவாக திரிந்த போதும் தேச பக்தர்களின் தகவல்களையும் அந்நியர் குறித்த தகவல்களையும் ரகசியம் போல பாதுகாத்தவன் பாரதி.

இன்றளவும் மனித இனம் தலைநிமிர்ந்து நிற்கவும் தடம் மாறாமல் செல்லவும் அடிப்படைக் காரணம் நல்ல நட்பே ஆகும். பெற்றோர்களிடமும் ஏன் இறைவனிடம் சொல்லத் தயங்குகிற பல செய்திகளை பகிர்ந்து கொண்டு ஆறுதல் தேடும் கலங்கரை விளக்கமே நண்பர்கள். நம்பிக்கை என்பதன் மறுபெயர் நண்பர்கள் என்றால் அது மிகையாகாது. அகம் பார்த்து கொள்ளும் நட்பு இறுதி வரை பயணிக்கும் என்பதை பல வரலாறுகளும் இலக்கியங்களும் எடுத்துக்காட்டியுள்ளன.

நட்பிற்கு அடிப்படை நம்பிக்கை மட்டுமல்ல. நண்பர்கள் சொல்லும் சில ரகசியங்களை அவர்களின் அனுமதி இல்லாமல் வெளியே சொல்லுதல் ஆகாது. அதை வைத்து அவர்களை மிரட்டுவதும் கூடாது. உயிர் போகும் தறுவாயில் கூட நட்பினை விட்டுக் கொடுக்காமல் இருப்பதே மிகச்சிறந்த நட்பிற்கு இலக்கணமாகும். நட்பால் உயர்வோம். நல்லதே நடக்கும்

> நம்பிக்கை உடையவர்களே
> நண்பர்கள் எனப்படுகிறார்கள்

- சதா பாரதி

42. தவத்தினை நிதம்புரி

வாழ்வையே தவமாக வாழ்ந்தவன் பாரதி. கவிதை வேள்வியால் தன்னைச் சுத்தப்படுத்தி எதிரிகளைச் சுட்டவன். மனம் சமநிலை அடைதல் என்பதை அவனுடைய தியானம் மூலமாகவே பெற முடியும் என்றே உணர்ந்தான். அவனுடைய இறுதிக் காலங்களில் அவன் எழுதுவதை கொஞ்சம் கொஞ்சமாக குறைத்து கொண்டு மரணமில்லா பெருவாழ்வு நோக்கி சிந்திக்கத் தொடங்கினான்.

மோகத்தை கொன்றுவிடு - அல்லால்
என் மூச்சை நிறுத்தி விடு

என்றே வேண்டினான் பராசக்தியை. தனது ஒவ்வொரு நிமிடங்களிலும் ஆழ்ந்த ஈடுபாட்டோடு வாழ்ந்த பாரதி கடைசி காலங்களில் குள்ளச் சாமியாரின் தொடர்பு ஏற்பட்ட பிறகு அவருக்கு ஞானத்தின் மீதான பற்று அதிகரித்தது. நித்தமும் இயற்கையோடு ஒன்றிய வாழ்க்கையை வாழவே ஆசைப்பட்டான் பாரதி. தனக்கு வேண்டிய வரங்களெல்லாம் கிடைக்கும் என்ற நம்பிக்கை கொண்டு பராசக்தியை வேண்டினான்.

செய்க தவம்செய்க தவம் நெஞ்சே தவம் செய்தால்
எய்த விரும்பியதைஎய்தலாம் - வையகத்தில்
அன்பிற் சிறந்த தவமில்லை அன்புடையார்
இன்புற்று வாழ்தல் இயல்பு.

என்பான் பாரதி.

தவம் என்பதை அமைதியாக அமர்ந்து ஓரிடத்தில் மனதினை ஒருமுகப்படுத்தல் என்பதை அவன் சொல்லவில்லை. அதைத் தாண்டி அவன் சொன்ன மோனநிலை செய்யும் ஒவ்வொரு வேலையிலும் லயித்திருத்தலே தவம் என்கிறான் பாரதி... அதிகாலையில் எழுந்து சப்தமில்லாத நிலையில் ஒரு விரிப்பின் மேலமர்ந்து மூச்சினை மெதுவாக இழுத்து மேலிருந்து கீழாகவும் கீழிருந்து மேலாகவும் செய்யும் மூச்சுப் பயிற்சி தியானத்தின் ஒரு பகுதியே ஆகும். அது எப்போது முழுமையடையும் என்றால் நாம் செய்யும் வேலைகள் பல்துலக்குதல், குளித்தல், சாப்பிடுதல் உள்ளிட்ட நித்தமும் செய்யும் அனைத்து கடமைகளையும் முழு ஈடுபாடோடு செய்வதே தவமாகும்.

செய்யும் காரியமனைத்தும் தவமே.

இன்றைய மிக வேகமான சூழலிலே உறவுகளில் விரிசல்கள் அதிகம் ஏற்பட்டு விடுகின்றன. காரணம் நம்முடைய மனதிலே தோன்றும் அமைதி இல்லாத நிலையே ஆகும். மன அமைதிபெற வேண்டும் என்றால் அது முழு ஈடுபாட்டோடு இருக்க வேண்டும். நாம் செய்யும் வேலைகளில் முழு கவனம் இருந்தால் மட்டுமே நம்மால் இயல்பாக வாழ இயலும். ஒவ்வொரு மனிதரும் நமக்கு எதாவது ஒன்றை உணர்த்தி விட்டே செல்கிறார்கள். அவர்களின் உணர்வுகளை புரிந்துகொண்டு நாம் வாழ் முயற்சி செய்ய வேண்டும். அதற்கு நம்முடைய மனம் பண்பட்டதாக மாறவேண்டும்.

நிதம் புரியும் தவமே
நீண்ட ஆயுளின் வழிகாட்டி - *சதா பாரதி*

43. தன்மை இழவேல்

தனிமையாக இருக்க வேண்டாம்
தனித்து இருங்கள்
உங்கள் குணங்களால் *- சதா பாரதி*

தனித்த அடையாளங்களோடு இயங்குபவர்களே வாழ்க்கையை வெற்றி பெற்றிருக்கிறார்கள் என்பதன் சூட்சமமே அவர்கள் தங்களின் தனித்தன்மையை இழக்காமல் பயணித்துள்ளார்கள் என்பதே ஆகும். நமது தனித்தன்மையை இழந்து நிற்கும் நேரமே நாம் இறந்த நேரமாக கருதப்படும். உங்கள் தனித்த திறமை என்ன என்பதை அடையாளம் காணும் நேரம் உங்கள் பிறந்த நேரமாகும்...

கடைசி வரை பாரதி தனது அக அடையாளங்களையும் புற அடையாளங்களையும் மாற்றிக் கொள்ளாமலே இருந்தவன். எந்த சூழலிலும் தன் சுயத்தை இழக்காதவனாகவே இருக்க விரும்பியவன். மகாத்மாவாக இருந்தாலும் தவறுகளைச் சுட்டிக் காட்ட தவறாத தைரியம், அவனிடத்தில் இருந்தது. தவறு செய்துவிட்டால் குழந்தையாக இருந்தாலும் மன்னிப்பு கேட்கும் பணிவு இதுவே பாரதியை நாம் இன்றுவரை நினைத்திட காரணமான குணங்களாகும். தனக்கென

ஒரு ராஜாங்கத்தைச் சிருஷ்டி செய்து கொண்டு கவிராஜனாகவே வாழ்ந்தவன். கவிதைகளின் பழமைகளை உடைத்தெறிந்து மக்களுக்கான கவிதைகளை ஆரம்பித்து வைத்தவன். அவனின் தனித்த அடையாளமே இன்று என்னைப் போன்ற பலருக்கும் இளைப்பாறும் போதிமரம்...

உங்களைச் சிறிய வயதில் யாரோடு ஒப்பிட்டார்களோ அவர்களே உங்கள் முதல் எதிரியாக இருப்பார்கள். ஒவ்வொரு மனிதருக்கும் தனித்த அடையாளமும் வாழ்க்கையும் உள்ளது. அடுத்தவரோடு ஒப்பிட்டு அவர்களைப் போல வாழ முயற்சி செய்தல் நமக்கே நாம் செய்யும் துரோகமாகும். உங்களை நீங்களே ஏமாற்றும் வாழ்க்கை அவசியமில்லை. நீங்கள் ஒப்பீடற்றவர். ஒப்புயர்வற்ற மாமனிதர் என்பதை உணருங்கள். உங்கள் தனித்தன்மை இழவாமல் வாழ முயலுங்கள்...

நமது வாழ்க்கையை
நம்மைவிடவேறுயாராலும்
சிறப்பாக வாழ்ந்திட இயலாது

- சதா பாரதி

எந்த சூழலாக இருந்தாலும் நம்முடைய இயல்பை இழந்து விடக்கூடாது என்பதே நம்முடைய விருப்பமாகும். நாம் அனைவருமே இங்கு தனித் திறம் மிக்கவர்களே. ஆனால் சில சூழல்கள் பலரை மாற்றி விடுகிறது. வறுமையும் தோல்வியும் நம்மை சாதாரண வாழ்விற்கு சமரசம் செய்து கொண்டு வாழ்வதற்கு பழக்கி விடுகிறது. ஆனால் இவை யாவையும் விட தனது தனித் தன்மையை கடைசிவரை விடாமல் வாழ்வை வென்றவனே நமது பாரதி. சாதாரண வாழ்வை யார் வேண்டு மானாலும் வாழ்ந்து விடலாம். சரித்திரம் கொண்டாடும் வாழ்வை நாம் வாழ வேண்டும் என்றால் எந்த சூழலிலும் நம்முடைய தனித் தன்மையை இழந்து விடக் கூடாது.

44. தாழ்ந்து நடவேல்

நேர்மறையாளர்கள்
ஒருபோதும் தோற்பதில்லை
நேர்மையாக நடந்திடுங்கள் *- சதா பாரதி*

நம் நிலையில் இருந்து கீழான நிலை நோக்கி செல்வதே நிலை தாழ்ந்து நடப்பதாகும். நம்முடைய வாழ்க்கை தோல்வியை நோக்கி செல்லும்போதெல்லாம் நம்முடைய மனம் வேறு ஏதேனும் மாற்று வழியைத் தேடும். அப்போது நம்முடைய மனம் நேரான வழியையே நாடவேண்டும். எந்த நிலையிலும் நம்முடிவை சரியான நிலை நோக்கி எடுத்தல் அவசியம் ஆகும்.

இச்சகத்தில் உள்ளோரெல்லாம் எதிர்த்து நின்ற போதிலும்
அச்சமில்லை அச்சமில்லை அச்சமென்பதில்லையே

என்ற வகையிலே தன்னுடைய வாழ்வை அமைத்துக் கொண்டவன் பாரதி. தன்னைத் தொடர்ந்த தேச பக்தர்களுக்கு சுயமரியாதையை கற்றுக் கொடுத்தவன்.

தவறு செய்திருந்தால் யாரிடமும் மன்னிப்பு கேட்கவும் தயங்காத குணமும் தவறு என்றால் யாராக இருந்தாலும் எதிர்த்து கேட்கும் பண்பினையும் பெற்றவன்

காந்தி மதி நாதனைப் பார் - அதி சின்னப்பயல்

என்ற படியே தன்னை இழிவுப்படுத்த நினைத்த ஆசிரியரையே மடக்கியவன் பாரதி. கடைசி கால கட்டங்களில் பல்வேறு இன்னல்களுக்கு ஆளானாலும் தன்னுடைய சுதந்திர வேட்கையால் நடத்திவந்த பல்வேறு பத்திரிகையில் அவன் எழுதிய எழுத்துக்களே அவனுடைய சுய மரியாதைக்கு அகராதியாக விளங்கியது எனலாம்.

முதன் முதலாக கேலிச்சித்திரங்களை தனது இந்தியா பத்திரிகையில் வெளியிட்டு புதிய புரட்சி செய்தவன் பாரதி. ஆங்கில அரசின் அடக்குமுறைக்கு எதிராக துணிந்து யாரெல்லாம் கருத்துக்களை அனுப்பி வைக்கிறார்களோ அவர்களுக்கு சன்மானம் வழங்கி கவுரவித்த பெருமை பாரதிக்கு உண்டு.

இந்த உலகிலே வாழ்ந்து முடிந்தவர்கள் எல்லோரையும் இந்த உலகம் ஞாபகம் வைத்துக் கொள்வதில்லை. யாரெல்லாம் தன் நிலை தாழாத வாழ்க்கையை வாழ்ந்து இந்த உலகிற்கு எடுத்துக்காட்டாய் விளங்குகிறார்களோ அவர்களையே நாம் உதாரண புருஷர்களாக வணங்கி வருகிறோம். அந்த வகையில் பாரதியும் அவனுடைய வாழ்க்கையும் நமக்கு ஒரு மிகப்பெரிய உதாரணமே ஆகும்.

45. திருவினை வென்று வாழ்

தீதும் நன்றும் பிறர்தர வாரா

என்பார் கணியன் பூங்குன்றனார். நமது வாழ்வும் நமதாலே தீர்மானிக்கப் படுகிறது என்பதே உலகறிந்த உண்மையாகும். நம்முடைய செயல்கள் இம்மையிலும் நாம் இறந்த பிறகும் இந்த பூமியில் நிலைபெறும் வண்ணம் இருத்தல் அவசியமாகும்.

சாதாரண வாழ்வோடு சமரசம் என்ற வாழ்வு பாரதிக்கு பிடிப்பதில்லை. எப்போதும் மிக உயர்ந்த இலட்சியங்களைக் கொண்ட வாழ்வையே அவன் விரும்பியதால்தான் அவன் கூட இருந்தவர்களே சரியாக புரிந்து கொள்ள இயலாதவர்களாக இருந்தனர்

பெரிதினும் பெரிது கேள்
வேடிக்கை மனிதர் போல் வீழ்வேன் என்று நினைத்தாயோ

என்பது போன்ற வரிகளே அவனுடைய கம்பீரத்திற்கும் சாதனை வாழ்விற்கும் அடிப்படையாக அமைந்தது எனலாம். செய்யும் செயல்கள் எதுவாக இருந்தாலும் அதில் இருக்கும் உச்சத்தைத் தொட வேண்டும் என்பதே அவனுடைய விருப்பமாக இருந்தது எனலாம்.

கண்ணில் தெரியும் பொருளினைக் கைகள் கவர்ந்திட
மாட்டாயோ?
மண்ணில்தெரியுதுவானம்அது
நம் வசப்படலாகாதோ ?

என்றபடியே தனது ஆர்வத்தையும் எல்லையையும் விரிவுபடுத்தி கூறினான். யாரும் கூறாத கருத்துக்களையும் செய்யத் துணியாத செயல்களையும் செய்தே தனது தனித்துவத்தை வெளிப்படுத்தும் என்பதிலே உறுதியாக இருந்து செயலாற்றினான்.

எண்ணியெண்ணி பலநாளும் முயன்று இங்கு இறுதியில் சேர்வோமோ

என்றே பராசக்தியிடம் வேண்டுகிறான்.

நாம் செய்யும் செயல்களால் நமக்கு மட்டுமன்றி அனைவருக்கும் புதிய வாழ்வினைத் தர வேண்டும். இந்த உலகிலே சாதி, மத, இன உணர்வுகளைத் தாண்டி மனித நேயம் கொண்டு அனைவரோடு இணைந்து வாழ்தலே நாம் செய்யும் மிகப்பெரிய தவமாகும்.

நாம் வாழ்ந்ததற்கான சுவடுகள் நாம் மறைந்த பின்னரே தெரிய வரும் என்பார்கள் நமது முன்னோர்கள். பாரதியோ வாழும்போதே அது நமக்கு தெரிய வேண்டும் என்று ஆசைப்பட்டான். நம்முடைய செயல்கள் அனைத்துமே சமுதாய மேம்படுவதற்கு உதவுவதாக இருத்தல் வேண்டும் என்கிறான். விதியே நம்மை நகர்த்தி வருகிறது என்பது போன்ற கருத்துக்களால் கட்டுண்டு கிடப்பதை அவன் விரும்பவில்லை. இன்னமும் வேகமாக நம்முடைய இயக்கம் நடைபெற வேண்டும். அது இந்த உலகை உயர்த்துவதாக இருக்க வேண்டும் என்றே ஆசைப்பட்டான்.

வெல்லும் வாழ்க்கை வாழ வேண்டும்.

எண்ணுவது உயர்வு

46. தீயோர்க்கு அஞ்சேல்

தீயவை தீயினும் அஞ்சப்படும்

என்பார் வள்ளுவர்.

மனதளவில் கூட பிறருக்கு தீங்கு நினையாமல் இருத்தல் அறம் என்ற கருத்தும் வள்ளுவனுடையதே ஆகும். ஆனாலும் தீயவர்களைக் கண்டு நாம் அஞ்சக் கூடாது. தீயவைகள் செய்யவே அஞ்ச வேண்டும் என்பது பாரதியின் பார்வையாகும்.

கொடுமைகளை எதிர்த்து போராடும் திறமை குழந்தைகளிடம் இருந்தே தொடங்க வேண்டும் என்றே விரும்பினான். தவறுகளை பொறுத்துக் கொண்டு, அதை சகித்துக் கொண்டு வாழ்வதை விட அதை தைரியமாக எதிர் கொள்ளவேண்டும் என்றே விரும்பினான். தன்னைச் சூழ்ந்து இருப்பவர்களுமே தீமைகளை எதிர்த்து நிற்க வேண்டுமென்றே விரும்பினான். உலகின் எந்த மூலையில் கொடுமை நிகழ்ந்தாலும் பாரதியின் பேனாவில் ரத்தம் கசிய ஆரம்பிக்கும் என்பதே உண்மையாகும்.

அஞ்சி அஞ்சி சாவார் - இவர்
அஞ்சாத பொருளில்லை அவனியிலே

என்ற கோபத்தோடு கிளம்புகிறான். ஒவ்வொரு முறையும் சமூகத்தில் புரையோடிக் கிடந்த தீமைகளைப் பொறுத்துக் கொண்டு வாழ்பவர்களைக் கண்டு மனம் பதைத்தான். இந்த சமூகத்தைக் கோபக் கனல் கொண்டு பார்த்து அவன் கண்கள் இறுதிக் காலத்தில் அக்னிப் பிழம்பாக இருந்தது என்பார் யதுகிரி அம்மாள்.

தீயவர்களையும் தீயவைகள் கண்டு அஞ்சி ஒதுங்காமல் அவர்களை சரி செய்வதற்கான வழிமுறைகளைக் கண்டறிய வேண்டும். இந்த பூமியில் எல்லோரும் நல்லவர்களே. சூழல்கள் சிலரை எதிர் மறையாக மாற்றிவிடுகிறது எனலாம். நேர்மறையான சிந்தனைகளோடு இந்த உலகத்தைப் பார்க்கும் போது அது அழகாகவே தெரியும்.

பகைவனுக்கும் அருள்வாய் நன்னெஞ்சே

என்பான் பாரதி. தீமைகளைக் கண்டு அஞ்ச வேண்டாம். அவைகளை அழிக்க வேண்டும் என்பதே பாரதியின் ஆசையாக இருந்தது. பகைவர்களின் தவறுகளைச் சுட்டிக்காட்டி நல்லவர்களாக மாற்றி விட்டோம் என்றால் இந்த உலகம் சிறப்பாகவே இயங்கும்.

பகைவர்களை விட கொடூரமானவர்கள் தீயவர்கள். அவர்களை வேரோடு கிள்ளி எறியவேண்டும். அந்த நச்சு மரம் சமுதாயம் என்ற அழகிய தோட்டத்தை பாழாக்கிவிடும் என்றான் பாரதி. நமக்கு ஏன் வம்பு என்று ஒடுங்கும்போதே தீயவர்கள் நம்மை எள்ளி நகையாடுகிறார்கள். தீமைகளால் நாம் ஆளப்படுவதை ஒருபோதும் சகித்துக்கொள்ளக் கூடாது. அவர்களைக் கண்டு அஞ்சி ஒதுங்குதல் நம்முடைய நேர்மைக்கும் நம்பிக்கைக்கும் இழுக்காகும். தீமைகள் செய்ய அஞ்சும் சமூகத்தையே நம்முடையே மூதாதையர்கள் நமக்கு விட்டுச் சென்றார்கள். இன்றோ அந்த நிலை மாறுவதற்கு நாமும் ஒரு வகையில் காரணமாகவே இருக்கிறோம். இந்த நிலை மாற வேண்டும்

தீயவைகளை பொசுக்குவோம்
லட்சியத்தீயால் ...

- சதா பாரதி

47. துன்பம் மறந்திடு

துன்பங்கள் எல்லாம் துன்பங்கள் இல்லை

- சதா பாரதி

துன்பங்களின் உச்சத்தை சந்தித்தவன் பாரதி என்றால் அது மிகையாகாத ஒன்றே ஆகும். வறுமையும் துன்பமும் அவரை வாட்டினாலும் அவர் அதைக் கண்டு ஒருபோதும் கலங்கிவிடவில்லை. ஒவ்வொரு முறையும் வரும் துன்பங்களே நம்மை இன்னமும் வலிமையோடு மாற்றும் என்பதை அறிந்தவனே பாரதி.

> துன்பங்கள் நெருங்கி வந்த போதிலும் - நீ
> சோர்ந்து விடலாகாது பாப்பா
> அன்பு மிகுந்த தெய்வம் உண்டு - அது
> அத்தனையும் போக்கிவிடும் பாப்பா

என்றான் பாரதி. நமக்கு வரும் துன்பங்களைக் கண்டு அஞ்சி நிற்காமல் அதை சரியான முறையில் எதிர் கொண்டு கடந்திட வேண்டும் என்றான். தனக்கு துன்பம் வரும்போதெல்லாம் பராசக்தியை நம்பிக்கையோடு நாடினான். எல்லாம் இன்ப மயம் என்று உலகத்தைக் கொண்டாடினான். வறுமை அவனுக்கு மிகப் பெரிய

எதிரியாகவே இருந்தது. இரண்டு பெண்களில் ஒரு பெண்ணை தன்னுடைய மனைவியின் சகோதரி வீட்டில் வளரும் போது தன்னோடு வளரும் பெரிய மகளுக்கு கடுமையான காய்ச்சல் வருகையில் மருத்துவருக்குப் பணம் கொடுக்க இயலாத நிலை கண்டு பராசக்தியிடம் ஓடுவான்.

"இப்படியே சாதாரண விசயங்களுக்கு எல்லாம் என்னை பாடாய்ப் படுத்தினாய் என்றால் நான் உன்னைப் பாடுவதை நிறுத்தி விடுவேன்."

என்றே சற்று கோபத்தோடு பராசக்தி நோக்கி கூறியதுமே வந்திருந்த மருத்துவரும் பணம் வாங்காமலே மருத்துவம் பார்த்து சென்ற அதிசயமும் அவருடைய வாழ்விலே நடந்ததுண்டு.

துன்பங்கள் இல்லாமல் வாழ்க்கை இல்லை. அந்தத் துன்பத்தை நாம் மனதிலே நினைத்துக்கொண்டே இருந்தால் நமது வாழ்வு சிறப்பாக அமையாது. அதிலிருந்து மீண்டு வர வேண்டும். துன்பங்களைச் சுமப்பது மிகப்பெரிய தவறு. அதை மறந்துவிட்டு அடுத்தக் கட்டத்தை நோக்கி நகர்வதே வாழ்வின் வெற்றியாகும்.

நம்முடைய மனம் பெரும்பாலும் தீயவற்றையும் கவலைகளையுமே அதிகமாக ஞாபகம் வைத்துள்ளது. நல்லவைகள் நடைபெற வேண்டும் என்று வேண்டுவதைவிட தீமை நடந்திடக் கூடாது என்ற வேண்டுதல்களே நம்மிடம் அதிகமாக உள்ளன. இந்த நிலை மாற வேண்டும். நம்முடைய மனதை நல்ல நம்பிக்கையால் நிரப்ப வேண்டும். அப்போதே நாம் மற்றவர்களுக்கு நம்பிக்கை வழங்க இயலும். துன்பங்களை அனுபவங்களாக மாற்றுதல் நலமாக இருக்கும். இன்பமும் துன்பமும் நம்மாலே வருகிறது என்ற உண்மையை உணரும்போது நமக்கு துன்பங்களால் எப்போதும் துன்பமில்லை.

துன்பமெல்லாம் துன்பமில்லை - *சதா பாரதி*

48. தூற்றுதல் ஒழி

'ஒருவரையும் பொல்லாங்கு சொல்ல வேண்டாம்' என்பார் நம்முடைய தமிழ் மூதாட்டி அவ்வைப் பாட்டி. இந்த உலகிலே பரிபூரண மனிதர்கள் என்பவர்கள் எவருமில்லை. இறைவனைக் கூட விமர்சிக்கும் தகுதி படைத்தவர்களாகவே நாம் வலம் வந்து கொண்டிருக்கிறோம். ஆனால் ஒருவருடைய குற்றங்களை அவர்களிடம் நேரடியாகச் சொல்லி விடுதலே சிறந்தது ஆகும். அவரில்லாத சமயத்தில் அவரைப்பற்றி வேறொருவரிடம் குறைகூறுவது அத்தனை அழகல்ல என்பதையே பாரதி தூற்றுதல் ஒழி என்கிறான். துன்பம் மறந்திடு என்பதற்கு அடுத்த வரிகளில் இதனைச் சொல்லியுள்ளான் என்பதிலே அர்த்தம் பொதிந்துள்ளது. நமக்கு வரும் துன்பங்களுக்கு நாமே காரணமாக இருக்க முடியும். அதற்காக மற்றவரை நாம் குறைகூறுதல் கூடாது என்பதை மனதிலே இருத்த வேண்டும்.

பிறநாட்டு நல்லறிஞர் சாத்திரங்கள்
தமிழ்மொழியிற் பெயர்த்தல் வேண்டும்

என்பவன் பாரதி.

அனைத்து மொழிகளையும் நேசித்தான். அனைவரையும் நேசித்தான். ஆனால் உள் நாட்டிலே அந்நியருக்கு ஆதரவாக இருப்பவர்களைக் கண்டு மனம் வெதும்பினான். கோபக்கனல் கொண்டு பாடல்களிலே சுட்டெரிக்கவும் செய்தான்.

ஆனால் நமக்கு நல்லவற்றைக் கொடுக்க உத்தேசித்த ஆங்கில இளவரசரையும் வாழ்த்தி பாடியவன் பாரதி. நம்மைத்தின்ன வரும் புலியைக்கூட வாஞ்சையோடு தடவச் சொன்னவன். எந்த நிலையிலும் சார்பற்ற மனதோடு நமக்கு வரும் இன்பங்களையும் துன்பங்களையும் ரசனையோடு அணுகும் வாழ்வினைப் பெற வேண்டும்.

பிறரைப் பற்றி இழிவாகப் பேசக்கூடாது. இந்த உலகிலே யாரும் முழுமையான மனிதரில்லை என்பதே இயல்பான உண்மையாகும். ஒவ்வொருவருக்கும் ரசனையிலும் குணத்திலும் வேறுபாடுகள் அதிகம் இருக்கும். நாம் அவற்றை ஒரு பொருட்டாக எடுத்துக் கொள்ள கூடாது. அவர்களின் தவறுகளை அவர்களிடமே நயமாகவும் நியாயமாகவும் எடுத்துரைக்க வேண்டும். பிறரைப் பற்றி நம்மிடம் தவறாக பேசுபவர்களை நாம் அருகிலே சேர்ப்பதும் ஆபத்தான ஒன்றே ஆகும். நல்லவற்றை பாராட்டி அவர்களுடைய தீயவற்றை சுட்டிக் காட்டினால் இந்த உலகில் அனைவருமே சிறந்தவர்களாக மாறிவிடுவார்கள்.

எதிர் கருத்துக்கள் உடையவர்கள் எல்லாம் எதிரிகளுமில்லை

- சதா பாரதி

49. தெய்வம் நீ என்று உணர்

கடவுள் யார் என்பதைத் தேடி அலைவதை விட மேலானது ஒவ்வொருவரும் தன்னை தெய்வமாக உணர வேண்டும். கடந்து உள்ளே சென்று தன்னை அறியும் நிலைதானே தெய்வ நிலை. அதையே தான் பாரதியும் சொல்கிறான்.

> மெள்ளப்பழங்கதைகள் கூட்டி வளர்த்து
> வெறுங்கதைகள் சேர்த்து - பல
> கள்ள மதங்கள் பரப்புதற் கோர்மறை
> காட்டவும் வல்லீரோ?

என்றே சாடுகிறான்.

மதங்களால், சாதிகளால், பிரிவினை செய்து தனது கடவுளே உயர்ந்தது என்று சொல்லி பிற கடவுளைத் தூற்றுதல் பாரதிக்கு பிடிக்காத ஒன்று. எனவேதான் தனது புதிய ஆத்திசூடியின் வாழ்த்துப்பாடலில்

> ஆத்தி சூடி இளம்பிறை யணிந்து
> மோனத் திருக்கும் முழுவெண் மேனியான்
> கருநிறங் கொண்டுபாற் கடல்மிசைக் கிடப்போன்
> மகமது நபிக்கு மறையருள் புரிந்தோன்
> ஏசுவின் தந்தை எனப்பல மதத்தினர்

உருவகத் தாலே உணர்ந்துண ராது
பலவகை யாகப் பரவிடும் பரம்பொருள்
ஒன்றே: அதனியல் ஒளியுறும் அறிவாம்
அதனிலை கண்டார் அல்லலை அகற்றினார்
அதனருள் வாழ்த்தி அமரவாழ்வு எய்துவோம்.

என்றே பாடியிருப்பான். அவனுக்கு அல்லாவும் ஏசுவும் கண்ணனும் கடவுளாகத் தெரிந்ததை விட தனது நண்பனாகவும் குழந்தையாகவுமே தெரிந்தனர் என்றே கூறலாம். உலகத்தின் ஒட்டுமொத்த சக்தியாக உருவகம் செய்ததே பரம் + சக்தி = பராசக்தியாக நினைத்தே கொண்டாடி வேண்டினான் பாரதி. சித்தர் இலக்கியங்களில் பின்னாளில் ஏற்பட்ட மிகப்பெரிய ஈடுபாடும் குயில் பாட்டு பாடிய சித்தாந்த சாமி கோயிலுமே பாரதியை தன்னை உணர்தல் என்ற நிலைக்கு உயர்த்தியது எனலாம். தன்னை அறிந்தவனே தெய்வத்தை உணர இயலும் என்பதே பாரதியின் கருத்தாகவும் இருந்தது.

உள்ளம் பெருங்கோவில் என்பான் திருமூலர். நாம் அனைவருமே இறைவனின் வடிவங்களே என்பதை உணர்தல் அவசியமே. நமக்குள் இருக்கும் இறைவன் நாம் நல்லவற்றை செய்கையில் வெளிப்படுகிறான். கீழ்த்தரமான செயல்களின் போது மறைந்து விடுகிறான். தன்னை உணர ஆரம்பிக்கும்போதே இந்த தரணியை வெல்லும் நம்பிக்கை பிறந்து விடுகிறது. நமக்குள் இருக்கும் இறைவனை வணங்குவோம். இயல்பாக இயங்குவோம்.

எல்லோருக்குள்ளும் இறைவன் இருக்கிறான்
நல்லவர்களோடு மட்டுமே அவன் இயங்குகிறான்
நமக்குள் இருக்கும் இறைவன் இயங்கட்டும்

- சதா பாரதி

50. தேசத்தைக் காத்தல் செய்

இந்த தேசம் நம்மைக் கடைசி வரை சுமந்து நிற்கிறது. பத்துமாதங்கள் நம்மைச் சுமந்து வலியோடு போராடி இந்த பூமிக்கு வழங்கிய தாயைப் போலவே தான் நாம் இறக்கும் வரை இந்த தேசம் சுமந்து நிற்கிறது. இறுதி வரை இந்த தேசத்தைக் காக்க வேண்டும். நாம் பிறந்த நம் தேசம் எத்துணை புண்ணிய பூமி என்பதை உணர்ந்து நடக்க வேண்டும்.

பாரதநாடு பழம்பெரும் நாடு -நீரதன் புதல்வர்
நிந்நினைவகற்றாதீர்

என்பான் பாரதி.

ஒருங்கிணைந்த பாரதத்தில் வாழ்ந்த புண்ணியம் செய்தவன் பாரதி. தேச விடுதலைதான் அவனுடைய மிகப்பெரிய ஆசையாகவே இருந்ததால்தான் பாரத மாதா திருப்பள்ளியெழுச்சி பாடி அனைவரையும் தட்டி எழுப்பிய தாலாட்டு பாடாத ஒரே கவிஞன் நம் பாரதி.

எந்தையும் தாயும் மகிழ்ந்து குலாவி
இருந்ததும் இந்நாடே - அதன்
முந்தையர் ஆயிரம் ஆண்டுகள் வாழ்ந்து
முடிந்ததும் இந்நாடே

என்றே இறுமாப்பின் உச்சத்தில் பாடி மகிழ்ந்தவன் பாரதி. தேசத்தை அங்குலம் அங்குலமாக நேசித்தவன் பாரதி என்பதை அவனுடைய பண்டமாற்று பாடல்களில் காண இயலும். மதிப்புமிக்க பாரத தேசம் அடிமைப்பட்டு கிடப்பதை அவனால் ஏற்றுக்கொள்ள இயலவில்லை.

ஏழையென்றும் அடிமையென்றும்
எவரும் இல்லை சாதியில்
இழிவுகொண்ட மனிதரென்பவர்
இந்தியாவில் இல்லையே

என்று மார்தட்டியவன்.

கடைசி வரை தனது தேசத்தின் அடிமைத்தளையை எப்படியாவது ஒழிக்க இயலாதா? என்ற ஏக்கத்தோடு போராடியவன். அவனுடைய பாடல்கள் பதிக்கும் பொருட்டு எட்டையபுரம் வந்தபோது அந்த மண்ணை வணங்கி முத்தமிட்டவனின் தேச பக்தியை யாராலும் அளவிட இயலாது.

நமது தேசம் நமக்கு எல்லாம் கொடுத்திருக்கிறது. ஆன்மீக அடிப்படையில் அறிவியல் அடிப்படையிலும் நாம் பிறந்த இந்த தேசம் நமது வாழ்விற்கு மிக நேர்த்தியான தட்ப வெப்ப நிலையோடும் நம்பிக்கையோடும் காட்சியளிக்கும் இந்த தேசத்தை நாம் தூற்றுதல் பெரிய துரோகமாகும். எத்தனையோ பேருடைய இரத்தத்தில் விளைந்தது நமது சுதந்திரம் என்பதை எண்ணிப் பார்க்க வேண்டும். இத்தனை சுதந்திரமாக வேறு தேசத்தில் இயங்க முடியுமா என்பதையும் நினைத்துப் பார்க்க வேண்டும். நாம் இந்த தேசத்தில் பிறந்த நோக்கம் ஏதாவது இருக்கும். அந்த நோக்கத்தை நிறைவேற்ற நாம் இயங்க வேண்டும். நம் தாயை குறை சொல்கையில் வரும் அதே கோபம் நம் தேசத்தை தவறாக பேசும் போதும் வர வேண்டும்.

அத்தனை சாதாரணமல்ல பாரதம்.

51. தையலை உயர்வு செய்

பெண்மை வாழ்க என்று கூத்திடுவோமடா
பெண்மை வெல்க என்று கூத்திடுவோமடா

- பாரதி

தையல் என்றால் பெண்கள். தையல் என்பதற்கு தைத்தல், இணைத்தல் என்ற பொருளும் உண்டு. அன்பாலே அனைவரையும் இணைப்பதாலே பெண்களுக்கு தையல் என்ற பெயர் வந்திருக்கலாம். பெண் விடுதலைக்கு முதல் குரலை கம்பீரமாகப் பதிவு செய்தவன். பாரதி நிவேதிதா அம்மையாரை தனது குருவாக ஏற்றவன. பாரதி புதுமைபபெண்ணுக்கு அடித்தளம் போட்டவன்

நிமிர்ந்த நன்னடை
நேர்கொண்ட பார்வையும்
நிலத்தில்யார்க்கும் அஞ்சாத நெறிகளும்
திமிர்ந்த ஞானச்செருக்கும் இருப்பதால்
செம்மை மாதர் திறம்புவதில்லையாம்

என்றே பெண்ணிற்கு இலக்கணம் வகுத்தவன். வீட்டை விட்டு பெண்கள் வெளியே வரக்கூடாது என்ற மிக

கடுமையான சூழலிலும் பெண்ணியம் பேசிய பெருங்கவிஞன். புரட்சி என்ற வார்த்தையை தமிழுக்கு அறிமுகப்படுத்தி, அதை வாழ்க்கையிலும் கடைப்பிடித்தவன்.

ஏட்டையும் பெண்கள் தொடுவது தீமையென்று
எண்ணியிருந்தவர் மாய்ந்துவிட்டார்
வீட்டுக்குள்ளே பெண்ணைப் பூட்டிவைப்போம் - என்ற
விந்தை மனிதர் தலைகவிழ்ந்தார்

என்ற முழக்கத்தை முதல் மகளிர் தினத்திற்கு முன்னரே முழக்க மிட்டவன். தனக்குப் பிறந்த இரண்டு குழந்தைகளையும் முற்போக்காக வளர்க்கவே முற்பட்டவன். பெண்கல்வி, முன்னேற்றம் என்ற அவனது பார்வை இந்த நூற்றாண்டில் வேறு யாருக்கும் வராது என்பதே நிதர்சனம்.

பெண்களைப் போற்றுதல் என்பது நம் நாட்டிலே காலம்காலமாக வழக்கத்தில் இருந்தாலும் பெண்ணினத்திற்கு எதிரான வன்முறைகளும் பெருகிவருகிறது என்பதும் வேதனைக்குரிய விஷயமே. பெண்களை தெய்வ நிலைக்கு உயர்த்தவும் வேண்டாம் மாறாக வெறும் போகப் பொருளாக பார்க்கும் பொம்மையாக பார்க்கவும் வேண்டாம். ஆணுக்கு இணையாக சக மனுஷியாக இருந்தாலே போதுமானது. ஒரு மனிதன் தாங்கிக் கொள்ளும் உச்ச பட்ச வலியை விட பலமடங்கு வலியை ஒவ்வொரு பிரசவத்திலும் கடந்து வருகிறாள் என்கிற போது அவளின் வலிமையை நாம் அத்தனை இலகுவாக எடைபோட அவசியமில்லை.

பாரதி, காந்தி, நேரு என்ற வகையில் யாரை உயர்த்தி பேசினாலும் அவர்களை பொதுவாழ்வில் ஈடுபடச்செய்து தனது குடும்பத்தை கண்ணீரோடு சுமந்த தலைவர்களின் மனைவியையும் எளிதாக மறந்து விடக்கூடாது. அவர்கள் இல்லையேல் இங்கே தேசப்பிதாவும் இல்லை. மகாகவியுமில்லை என்பதை நினைவில் கொள்வோம்.

பெண்மை வெல்க என்றே கூத்திடுவோமடா

52. தொன்மைக்கு அஞ்சேல்

பழம்பெருமைகளைப் பேசுவதும் பழமைதான் சிறப்பானது என்பதும் பழைய பழக்கவழக்கங்கள் மாற்றப்படுவது நல்லதல்ல என்று சொல்வதுமே நாம் காலம்காலமாக செய்துவரும் வழக்கமாக இருந்து வருகிறது. எதற்காக செய்கிறோம் என்பதை அறியாமல் மூத்தோர்கள் செய்த அனைத்தையும் கண்மூடித்தனமாக பாராட்டும் வழக்கத்தை எதிர்த்தவனே பாரதி. அந்த பழங்கால வழக்கமே தொன்மை எனப்படும். அதைக் கண்டு அஞ்சுதல் வேண்டாம் என்கிறான் பாரதி.

இன்று புதிதாய் பிறந்தோம்

என்பான் பாரதி.

ஒவ்வொரு நாளுமே நமக்கு புதிய பிறப்பு தான். உலகமே ஒவ்வொரு நாளும் வளர்ச்சி அடைந்தே வருகிறது. பழமையோடு இருந்துகொண்டு புதுமைகளைப் புறக்கணித்தோம் எனில் உலகம் நம்மை புறந்தள்ளி விடும். உலகம் முழுவதையும் நாம் அறிந்திருந்தால் தான் நமது பழம் பெருமைகளை உலகத்திற்கு பறைசாற்ற முடியும். கண்மூடித்தனமாக பழமைகளை அப்படியே ஏற்றுக் கொண்டு பெண்மையையும் சாதிய ரீதியாக ஒடுக்கும் மனிதர்களைப் பார்க்கையில் அவனுடைய கண்கள் அக்னியைக் கக்கின.

வேதம் புதுமை செய்

என்றே முழங்கினான். வேத காலத்தில் சொல்லப்பட்ட சில விடயங்களை காரணம் தேடாமல் அப்படியே ஏற்றுக் கொள்ளும் பழமைவாதிகளை புறம் தள்ளச் சொல்லி குரலெழுப்பினான். இதனாலேயே தனது குடும்பத்தில் கூட அவன் வாழும் காலத்தில் மதிக்கப்படவில்லை என்பதே வேதனை கலந்த செய்தியாகும்.

பழமைக்கும் பழசுக்கும் உள்ள வேறுபாடுகள் பலருக்கும் இங்கே தெரிவதில்லை. பழமையைப் போற்றலாம் அதன் குறைபாடுகளை தவிர்த்து விட்டு. ஆனால் நேற்று சமைத்த உணவையோ அல்லது 5 வருடங்களுக்கு முன்பு தைத்த சட்டையையோ இப்போது போட்டு விட்டு அளவு சரியாக இல்லை என்று புலம்ப வேண்டுமா? அவை யெல்லாம் பழசுதான் பழமை இல்லை. நமது மூதாதையர் செய்தனர் என்பதற்காகவே பொருள் புரியாத பல சடங்குகளை இன்றளவும் நவீன உலகத்திற்கு ஏற்றார் போல மாற்றாமல் அதன் பொருள் என்னவென்றும் அறியாமல் அப்படியே பின்பற்றி வருவதையே பாரதி எதிர்க்கிறான். அவ்வாறு செய்வதால் தெய்வ குற்றமாகும் என்றே அஞ்சுவதையே வேண்டாம் என்கிறான்.

பழமையை போற்றுவோம்
புதுமைக்கு ஏற்றவாறு மாற்றுவோம்

53. தோல்வியில் கலங்கேல்

தோல்வி என்பதும் ஒரு வகை அனுபவமே. தோல்வியைக் கண்டு கலங்குபவர்கள் முடங்கிப் போகிறார்கள். அதிலிருந்து கற்றுக் கொள்பவர்களே வெற்றியை நோக்கி அடியெடுத்து வைக்கிறார்கள். தோல்வி என்பது நமது மனப்பான்மை மட்டுமே என்பதை உணர்பவர்கள் யாரும் தோல்வி குறித்து கலங்குவதில்லை.

**துன்பமினியில்லை சோர்வில்லை
தோற்புமில்லை**

என்பான் பாரதி.

அவன் ஒவ்வொரு நிமிடமும் வாழ்க்கையை ரசித்தவன். வெற்றி தோல்விகள் அவனை ஒருபோதும் பாதித்ததில்லை. தோல்வியினால் மனம் தளர்ந்து விடக்கூடாது என்பதாலே சுதந்திரம் பெறுவதற்கு முப்பது ஆண்டுகளுக்கு முன்னரே விடுதலை பெற்றதாக நினைத்து ஆனந்த கூத்தாடியவன். அவனது மனநிலை எப்போதும் நேர்மறையாகவே இருந்தது என்பதாலே அவனது வறுமையும் அவனை ஜெயிக்க முடியாமல் தடுமாறியது எனலாம்.

ஜெயமுண்டு பயமில்லை

என்ற வரிகளிலே உறுதியோடு கனவுகளை நோக்கி நடைபோடச் சொன்னவன். தளர்ச்சியுறும்போதெல்லாம் தைரியத்தின் உச்சத்தை உணர்த்தும் அவனது கவிதைகள் என்பதை அவனது வாழ்வு உணர்த்திவிடும். இமைப்பொழுதும் சோராமல் நாட்டு விடுதலையைப் பாடியவன். அவனது பாடல்கள் தடைசெய்யப்பட்ட போதே அவனது பாடல்களில் அனல் பறக்கத் தொடங்கியது எனலாம்.

தோல்வி என்பதெல்லாம் தோல்வியல்ல. அதுவும் ஒரு நிகழ்வு. ஒரு மனப்பான்மை என்பதை உணர வேண்டும். தேங்கியும் முடங்கியும் இருப்பதே தோல்வி மனப்பான்மை ஆகும். அவற்றிலிருந்து கற்றுக் கொண்ட பாடங்களை படிக்கட்டுகளாக வைத்து நமது இலக்கு நோக்கி நம்பிக்கையால் ஏறிச் செல்லவேண்டும்.

தோல்வியை விட
ஆபத்தானது
தோல்வி மனப்பான்மை – *சதா பாரதி*

வெற்றி தோல்விகளால் ஆனதே வாழ்க்கையாகும். பாரதி வாழும் காலத்தில் அவனுடைய கனவும் ஏதேனும் நிறைவேறியதா என்றால் எதுவுமில்லை. ஆனால் அவனைவிட மிகவும் மகிழ்வாகவும் நம்பிக்கையோடும் எழுதிய கவிஞர்கள் யாருமில்லை. காரணம் அவனுள்ளே இருந்த மகிழ்வான மன நிலையே ஆகும். நமக்குள்ளே நம்பிக்கை பிறக்கும்போதே தோல்விகள் நம்மைவிட்டு விலகி ஓடும். துன்பத்தைக் கண்டு கலங்காதீர்கள்.

54. நன்று கருது

இந்த உலகமே நல்லவர்களால்தான் இயங்கிக் கொண்டிருக்கிறது. ஊருக்கு நல்லவராக வாழ வேண்டும் எனில் முதலில் நமக்கு நல்லவராக இருத்தல் அவசியமாகும். நல்ல எண்ணங்களே நம்முடைய வாழ்க்கையின் அடிப்படை ஆகும். நல்ல எண்ணங்களோடு செய்யும் காரியங்களை இறைவனே நடத்திவைப்பான்...

> எண்ணும் காரியம்யாவிலும் வெற்றி
> எதிலும் வெற்றி எங்கும் வெற்றி

எனபான பாரதி.

நம்முடைய மனம் நல்லவனவற்றை நம்பிக்கையோடு நினைக்கும் போது அது நடந்திடும் என்பதில் பாரதிக்கு அளவுகடந்த நம்பிக்கை இருந்தது. சுதந்திரம் என்பதை எல்லோரும் கனவாக நினைத்த போது சுதந்திரம் அடைந்துவிட்டதாகவே கனவு கண்டு கொண்டாடியவன் பாரதி.

> ஒளிபடைத்த கண்ணினாய் வா வா வா
> உறுதி கொண்ட நெஞ்சினாய் வா வா வா

என்று வருகின்ற பாரதத்தை சுதந்திரம் அடைவதற்கு முப்பது ஆண்டுகளுக்கு முன்பே நம்பிக்கை கொண்டு அழைத்தவன் பாரதி.

துளியும் சோர்வில்லாமல் அவன் மனம் எப்போதும் நல்லன வற்றையே சிந்தித்தது என்பதற்கு உதாரணமே வறுமையினை உதறித்தள்ளி அவன் சொன்ன வாசகம்.

**மொய்க்கும் கவலை பகைபோக்கி
முன்னோன் அருளைத் துணையாக்கி
ஏய்க்கும் நெஞ்சை வலியுறுத்தி
உடலை இரும்புக்கிணையாக்கி
பொய்க்குங் கலியை நான் கொன்று
பூலோகத்தார் கண்முன்னே
மெய்க்கும் கிருத யுகத்தினையே
கொணர்வேன், தெய்வ விதியிதுவே.**

என்பான் பாரதி.

எல்லோருக்கும் ஒரு ஆசை வரும் நல்லவை நடந்தேற வேண்டும் எண்ணம் வலுவடையும் போது நாம் நினைப்பது நடக்கும் என்பான். அதற்கே பாரதி அடுத்தடுத்த வரிகளிலே சொல்வான்.

**எண்ணிய முடிதல் வேண்டும்
நல்லவை எண்ணல் வேண்டும்**

என்று நம்முடைய மனம் ஒரு குழந்தை மாதிரி. நாம் அதனிடத்தில் எவ்வாறு சொல்கிறோமோ அவ்வாறே அது நடந்து கொள்ளும். நல்லவற்றை சொல்லி அவற்றை பழக்க வேண்டும். கெடுதல் தரும் எதையும் சொல்லிவிடக்கூடாது என்பதை விட நினைப்பதே தவறாகும். மனதளவில்கூட சிறிதளவும் தீங்கு இல்லாதவைகளை நம் மனம் நினைக்கும் போது அது கட்டாயம் நடந்தேறும். நம்மைச் சுற்றி நடக்கும் நிகழ்வுகள் அனைத்திற்கும் ஏதேனும் காரணமிருக்கும். நம்முடைய முயற்சிகளைக் கைவிடாது தொடர்ந்து நம்பிக்கை கொண்டு செயலாற்றுங்கள். எல்லாம் நடந்தேறும்.

55. நாளெலாம் வினைசெய்

இயங்குவதன் மூலமாகவே நமது இயக்கத்தை உணர்த்த முடியும், நம்மை உணரவும் முடியும். தொடர்ந்து நாம் செய்யும் நல்வினைகளே நம்மை இந்த உலகத்தோடு பிணைக்கும். நாள்தோறும் அந்த நல்வினைகளை எத்தனை இடர்பாடுகள் வந்தாலும் தொடர்ந்து செய்திடல் வேண்டும். ஒவ்வொரு முறையும் நாம் செய்யும் வினைகள் நமக்கும் பிறருக்கும் எவ்விதத்திலும் தீங்கு இல்லாத தன்மையில் இருத்தல் வேண்டும்.

**ஆயுதம் செய்வோம் நல்ல காகிதம் செய்வோம்
ஆலைகள் வைப்போம் கல்விச் சாலைகள்
வைப்போம்
ஓயுதல் செய்யோம் தலை சாயுதல் செய்யோம்
உண்மைகள் சொல்வோம் பல வன்மைகள்
செய்வோம்**

என்பான் பாரதி.

கடைசி நிமிடம் வரை கவிதைகளாலும் தனது செயல்களாலும் இமைப்பொழுதும் சோர்வடையாமல் நாட்டுக்கு உழைத்தவன். வெள்ளைக்காரர்களும்

பிரெஞ்சு காரர்களும் அதைவிட கொடுமையான தேசத்துரோகிகளுக்கும் அஞ்சாமல் தேசத்தைக் காத்தல் செய்தவன். பாடுபட்டு சேகரித்து வைத்த தனது கட்டுரைகளையும் கவிதைகளையும் அபகரித்துச் சென்ற போதும் கலங்காது நின்றவன். அவனோடு வேலையாள் மாதிரி வேவு பார்த்து அவனுடைய சின்ன சங்கரன் கதையை திருடிச் சென்ற வேலையாளையும் மன்னித்து ஏற்றுக் கொண்டவன். உடல் தளர்வுற்ற கடைசி காலத்தில்தான் அவனது எழுத்துப் பணி வீறிட்டு எழுந்தது.

நாள் தவறாமல் புதுச்சேரி கடற்கரை சென்று தானெழுதிய கவிதைகளை யதுகிரி அம்மாளை பாடச்சொல்லி மகிழ்ந்தவன். காக்கை, குருவி உள்ளிட்ட ஜீவராசிகளே அவனுடைய சோற்றுக்குப் பங்காளிகள். அவனுக்கு உணவில்லை என்றாலும் அவைகளின் பசியாற்றியவன். தொடர்ந்து தனது இயக்கத்தை தளராமல் நல்ல முறையில் செய்தவன்தான் மகாகவி.

ஒவ்வொரு நாளும் நமது கடமைகளை நாம் தவறாமல் செய்திடல் வேண்டும். அந்த கடமைகள் நமது இல்லத்தோடு நின்றிடாமல் பரந்து விரிந்திருக்கும் இந்த உலகத்திற்கும் ஏதாவது ஒரு வகையில் நன்மை தருவதாக இருத்தல் வேண்டும். தடைகளைக்கண்டு அஞ்சி ஒருபோதும் நேர்மையற்ற செயல்களைச் செய்திடல் கூடாது அதனால் இந்த உலகமே கிடைத்தாலும் தீவினை குறித்து மனதளவில் கூட நினைப்பது கூடாது. நமது நல்வினைகளே நம்மை வழி நடத்தும். வாழ வைக்கும்.

நல்லவர்களோடு பேசும் போதே நம்பிக்கை பிறந்து விடுகிறது.

ஒவ்வொரு நாளுமே நமக்கு கிடைத்த மிகப்பெரிய வாய்ப்பாகவே கருதி உழைக்க வேண்டும். நம்முடைய உயர்ந்த இலட்சியத்தை நோக்கி நடைபோட வேண்டும். இந்த நாளே நம்முடைய இலட்சியங்கள் நிறைவேறும் நாளாக இருக்க வேண்டும் என்ற நம்பிக்கையோடு நாம் செயல்கள் செய்தால் இவ்வுலகை வெல்லும் நாள் இன்றாகவே அமையும்.

56. நினைப்பது முடியும்

உங்கள் ஆழ்மனம் ஒரு குழந்தை மாதிரிதான். நீங்கள் எதை நினைக்கிறீர்களோ அதையே அது நம்ப ஆரம்பிக்கும். நமது முயற்சியினால் அதுவே நடந்து விடும். நல்லவற்றை நமது மனம் இறுகப்பற்ற வேண்டும். நாளெல்லாம் நமது நாளாகவே எண்ண வேண்டும். நடப்பது எல்லாவற்றிற்கும் ஏதோ ஒரு காரணமிருக்கும் என்பதை உணர்ந்து, நமக்கான காலம் வரும் வரை முயற்சியோடு இயங்க வேண்டும். எல்லாம் மாறும் என்றே பாரதி நம்பினான். இந்திய விடுதலைக்கு முதல் ஆரூடம் கூறியவன் அவனே. அவனது மனம் நினைத்தபடி அவனுக்கு இயங்கியது. ஒவ்வொரு கணத்தையும் கொண்டாடினான். சேது சமுத்திர திட்டம் முதல் நதிநீர் இணைப்பு வரை அத்தனையும் சாத்தியம் என்றான்.

காசிநகர்ப்புலவர் பேசும்உரைதான்
காஞ்சியில் கேட்பதற்கோர் கருவி செய்வோம்

என்று வானொலி இங்கே வருவதற்கு முன்பே அவனது வார்த்தையில் வந்தது. அதன் பின்னர்தான் இந்தியாவிற்குள் வானொலி வந்தது எனலாம். அவனுடைய மனம் அதீத நம்பிக்கை உடையது.

அவனது தீர்க்கமான எண்ணங்கள்தான் இன்று நாம் படிக்கும் பாடங்களாகவும் பல கட்சிகளின் கொள்கை முழக்கங்களாகவும் உள்ளன என்றால் அது மிகையாகாது. அவன் நினைத்தது எல்லாமே இப்போது வரை நடந்திருக்கிறது.

நீங்கள் நல்லவற்றை நினைத்து அதனை நோக்கி பயணிக்கும் போது அது எளிதாக நடைபெறும். முதலில் நாம் நினைப்பது சாத்தியமாகும் என்று நமது மனம் நினைக்க வேண்டும். வரும் தடைகளும் எதிர்ப்புகளும் நமது இலக்குகளை நோக்கிய பயணத்தை இன்னும் வேகப்படுத்தும் என்றே நம்பிக்கை கொண்டு செயலாற்ற வேண்டும். இந்த உலகில் எல்லாமே சாத்தியம்தான் என்பதை நம்பி செயலாற்றினாலே போதும், நீங்கள் நினைப்பது நிச்சயமாக முடியும்.

நெருங்கிய பொருள் கைவசமாகட்டும்.

ஒவ்வொரு நிமிடமும் நம்முடைய லட்சியக் கனவுகள் நம் கண்முன்னே தெரிய வேண்டும். அதை நோக்கியே நம்முடைய பயணங்களும் அமைய வேண்டும். நம்முடைய நாளும் நிமிடங்களும் நமக்காகவே இறைவனும் இயற்கையும் அளித்த வரம் என்றே உணர வேண்டும். நாம் நினைப்பதே நடக்கும் என்ற கருத்தில் உறுதி கொண்டு செயலாற்ற வேண்டும். அவ்வாறு செயலாற்றும் போதே நம்முடைய தீமைகள் விலகி நன்மைகள் பிறக்கும். நாம் நினைப்பது நடக்கும்.

நல்லவற்றை நினையுங்கள்
நாளும் அதை தொடருங்கள்

- *சதா பாரதி*

57. நீதி நூல் பயில்

அறம் செய விரும்பு

என்பாள் அவ்வைப் பாட்டி.

பல ஆயிரம் ஆண்டுகளுக்கு முன்னரே தமிழர்கள் அறம் சார்ந்த வாழ்வையே வாழ்ந்திருந்தனர் என்பதற்கு அவ்வையும் ஒரு சாட்சியே.

நீதிநூல்களும் நன்னெறிக்கதைகளுமே நம்மை வளர்த்தன என்றால் அது மிகையாகாத ஒன்றே. நூல் வடிவில் வருவதற்கு முன்பே ஏழுமலை தாண்டி ஏழு கடல் தாண்டி என்ற வகையில் நம் தாத்தாக்களும் பாட்டிகளும் கூறிய செவிவழிக்கதைகள் எல்லாமே நமக்கு வாழ்வதற்கான நீதிகளைச் சொல்லிக் கொடுத்தன. இன்றைய தலைமுறைகள் அந்த நன்னெறிக் கதைகளை விட்டு சற்றே விலகி வந்துள்ளனர் என்பது வேதனைக்குரிய செய்திதான் என்பதை மறுக்க இயலாது.

நீதி உயர்ந்த மதிகல்வி - அன்பு
நிறைய உடையவர்கள் மேலோர்

என்பான் பாரதி.

நீதி தவறாத வாழ்க்கையை நமது குழந்தைகளிடமிருந்தே அறிமுகம் செய்ய வேண்டும் என்பதற்காகவே அவனது பாப்பா பாடலும் புதிய ஆத்திசூடியும் நீதியை போதிப்பதாகவே இருக்கும். தன்னிலை தாழாது வாழ வேண்டும். சுய மரியாதை இழக்கக் கூடாது. எல்லா உயிர்களிடத்தும் அன்பு பாராட்ட வேண்டும் என்பான்.

> ஓடிவிளையாடு பாப்பா!-நீ
> ஓய்ந்திருக்கலாகாகது பாப்பா!
> கூடிவிளையாடு பாப்பா! - ஒரு
> குழந்தையை வையாதே பாப்பா!
> சின்னஞ் சிறுகுருவி போலே - நீ
> திரிந்து பறந்து வா பாப்பா!
> வண்ணப் பறவைகளைக் கண்டு - நீ
> மனதில் மகிழ்ச்சிகொள்ளு பாப்பா!
> காலை எழுந்தவுடன் படிப்பு - பின்பு
> கனிவு கொடுக்கும் நல்லபாட்டு
> மாலை முழுவதும் விளையாட்டு - என்று
> வழக்கப் படுத்திக்கொள்ளு பாப்பா!

என்ற படியே விரியும் பாப்பா பாடலே அவனது நீதிக்கருத்துக்களுக்கு சாட்சியாக இருக்கும். மகாபாரதம் படித்து அதன் பின்னரே கொதித்து எழுந்து பாஞ்சாலி சபதம் எழுதியவன். புத்தகங்கள் படிப்பதும் அதனை அடுத்தவரோடு பகிர்ந்து கொள்வதுமே பாரதிக்கு அலாதிப் பிரியமாக இருந்தது எனலாம். அவனது ஒவ்வொரு வரிகளும் நீதி போதனை வகுப்பாகவே இருந்தது. அதுவும் பல வார்த்தைகளில் நமக்கு இடும் கட்டளை போன்றே அமைந்திருந்தது எனலாம்.

> தர்மத்தின் வாழ்வுதனை சூது கவ்வும்
> தர்மம் மறுபடியும் வெல்லும்

என்ற வரிகள் பாரதியின் நீதியினை வலுவாகவே சொல்லும். நீதி தவறும்போது அவனது கோபம் தெய்வத்தையும் விட்டு வைக்கவில்லை. பராசக்தியையே 'சுடர்மிகு அறிவுடன் ஏன் படைத்தாய்' என்றே கேட்டவன் பாரதி. நவீன உலகமாக நாம் நினைக்கும் இன்றைய உலகத்தில் நாம் நீதிக்கதைகள் கேட்பது படிப்பது என்பதெல்லாம் மிகவும் குறைந்து விட்டது. அம்புலிமாமா படித்து அடுத்த நாள் வகுப்பில் கதை சொல்லி கதாநாயகனாக திரிந்த வாய்ப்பு இன்று

அபாகஸூக்குள் அடக்கமாகிப் போய்விட்டது. நம்முடைய தேசம் புண்ணிய தேசம் என்பதை உணர்ந்து கொள்ள வேண்டும். இங்கே கதைகள் வெறும் கதைகளாக மட்டுமே சொல்லப்படவில்லை. தெனாலிராமனும் மரியாதை ராமனும் பீர்பாலும் முல்லாவும் நம்மை வழிநடத்தினார்கள் என்பதை மறந்து விட இயலாது. எத்தனை வேலைகள் இருந்தாலும் இன்றைய குழந்தைகளோடு உட்கார்ந்து சில கதைகள் பேசுங்கள். சக்திமானை விட சக்திவாய்ந்த தெனாலிராமனை அறிமுகப்படுத்துங்கள். போகோ சானலை பார்க்கும் போது முல்லாவையும் சொல்லி வையுங்கள். வளரும் போது நமது குழந்தைகள் வைரமாக வளரட்டும்.

58. நுனியளவு செல்

நம்முடைய அறிவும் ஞானமும் நமக்குள்ளே தேடும்போதும் நூல்களைத் தேடும்போதும் பலப்படும். எதையும் கூர்ந்து நோக்கும் பண்பையே பாரதி நுனியளவு செல் என்ற வரிகளால் குறிப்பிடுகிறான். கூர்ந்து நோக்கும் அறிவுடையவர்களால்தான் இந்த உலகத்தை சரியான முறையில் அணுக இயலும் என்பதை உணர்ந்தவன் பாரதி. அவனுக்கு எதைப் பார்த்தாலும் அதைப்பற்றி அறிய வேண்டும் என்ற ஆவலும் ஆசையும் அதிகமாகும். அதைக்கற்றுக் கொள்ள வேண்டும் என்ற ஆர்வமே அவனால் ஏழு மொழிகளுக்கும் மேலாக அறிந்து கொள்ள முடிந்தது.

நிற்பதுவே நடப்பதுவே பறப்பதுவே
நீங்களெல்லாம் சொப்பனம்தானோ - வெறும்
தோற்ற மயக்கங்களோ

இந்த வரிகள் போதும் அவன் ஞானத்திற்கு சாட்சியாகும். ஒவ்வொரு முறையும் அவனது பார்வை ஒவ்வொன்றைப் பற்றியும் விரிந்துகொண்டே போனது என்றால் அது மிகையாகாத ஒன்றே... ஒவ்வொரு முறையும் அவனது பார்வை இயற்கையின் மீதும் இறைவனின் மீதும் எல்லையற்றதாய் விரிந்து

கொண்டே போனது அவனுடைய கூரிய பார்வைதான். எதையும் அதன் முழுமையையும் அறிந்து அதன்பின்னரே அதை நடைமுறைப் படுத்த வேண்டும். வெற்று மனப்பாடத்தால் மட்டுமே நாம் எதையும் அறிந்து கொள்ள இயலாது என்பதை உணர்ந்தவன்.

வாழ்க்கையை அருகில் சென்று கவனிக்கும் போது ஒன்று மட்டுமே நமக்கு புரிய வரும் இந்த வாழ்க்கை கொண்டாடக்கூடியதே. அன்றாடம் நமக்கு நடக்கும் ஏதோ ஒரு பிரச்சினைக்காக கலங்கி இருந்து வருத்தப்பட்டிருப்பதில் எந்த பயனுமில்லை. எதுவாக இருந்தாலும் அதை கூர்ந்து நோக்கி ஆராயும் போது அந்த பிரச்சினைகளுக்குத் தீர்வு அதனோடு இருப்பது நமக்குப் புரிய வரும். காரணங்கள் இல்லாமல் எந்த காரியமும் இல்லை என்பதே நமது பெரியவர்களின் கருத்தாகும். கூர்ந்து நோக்கினால் எல்லாவற்றிற்கும் ஏதோ காரணம் இருக்கும். புரிந்து கொண்டால் பிரச்சினை இல்லை. அறிவால் வெல்வோம் உலகை.

மிகச் சிறந்த படைப்புகள் நாம் காண்பதற்கு மிக நுண்மை யாகவே அமைந்திருக்கும். ஒவ்வொரு முறையும் நம்முடைய செயல்களில் இருக்கும் தவறுகளைக் களைய வேண்டும். நம்முடைய தோல்விகளில் இருந்த அனுபவங்களை ஆய்ந்து மிகச் சிறந்த வாழ்வை நாம் அமைத்துக் கொள்ளுதல் அவசியமாகிறது. மிக பெரிய சாதனைகள் எல்லாம் நாம் செய்த சிறு சிறு முயற்சிகளால் ஆனவைகளே என்பதை உணரவேண்டும். நம்முடைய பார்வையிலும் செயல்களிலும் நுணுக்கம் அவசியமாகிறது.

செய்வதை திருந்த செய்வோம்
திருத்தத்தை நுணுக்கமாக செய்வோம் *- சதா பாரதி*

59. நூலினைப் பகுத்துணர்

நமது வாசிப்பே நம்முடைய வசிப்பை உறுதி செய்யும் என்பதில் மாற்றுக் கருத்து இருந்திட முடியாது. நூல் என்ற சொல்லை நாம் இரண்டு இடங்களில் காணலாம். ஒன்று நமது ஆடையை தைத்து நமது மானத்தைக் காப்பது. இன்னொன்று நமது மனதின் ஓட்டைகளை தைத்து நமது மனதினைத் தைக்கும் புத்தகங்களே ஆகும்.

நூல்களைத் தேடிப்படித்ததாலே தன்னுடைய பெயரை ஆரம்பத்தில் ஷெல்லிதாசன் என்று வைத்துக் கொண்டு ஷெல்லிக்கு நற்பணி இயக்கமெல்லாம் வைத்து கொண்டாடியவன். நல்ல புதிய நூல்கள் தமிழுக்குத் தேவை. அதே நேரத்தில் பிற மொழியில் எழுதப்பட்ட நல்ல நூல்கள் தமிழிலே மொழிபெயர்ப்பு செய்திடல் வேண்டும் என்ற ஆர்வமும் மிகுதியே அவனுக்கு. ஆங்கிலம், பிரெஞ்சு எதுவாக அந்த மொழி நூல்களின் சிறந்தவற்றை வாசித்தவன் பாரதி...

"தமிழ் நாட்டிலே புஸ்தகம் எழுதுவோரின் நிலை இன்னும் சீராகவில்லை. பெரும்பாலான ஜனங்கள் புஸ்தகம் வாசிக்க தயாராவே இருக்கிறார்கள். ஆனால் அதை பிரசுரிக்க அனைவரும் தயங்குகிறார்கள்" என்பான் பாரதி.

எந்த நூலை வாசித்தாலும் அதிலுள்ள நல்ல செய்திகளை பகுத்துணர்தலே ஒரு நல்ல வாசகனுக்கான அடையாளமாகும். நல்ல வாசகன் எழுத்தை வைத்தே அதை எழுதியவர் யாரென்பதை கண்டறியும் திறன் பெற்றவராக இருப்பார். ஒவ்வொரு நூலுமே ஒரு எழுத்தாளனின் உணர்வும் மனதும் என்பதை அறிந்து வாசிக்க வேண்டும். எழுதப்பட்ட சூழலைப் பொறுத்தே சில நூல்கள் காலம் கடந்து நிற்கிறது என்பதை உணர வேண்டும். நம்மை புரட்டிப் போடும் நூல்களை தேர்ந்தெடுத்து வாசித்தல் வேண்டும்.

நூல்கள் வெறும் நூல்கள் அல்ல - *சதா பாரதி*

நாம் படிக்கும் ஒவ்வொரு நூலுமே நமக்கு ஏதாவது ஒரு பாடத்தை தருகிறது எனலாம். வாழ்வதற்கான அடிப்படையே நமது நீதி நூல்களில் இருந்தே கிடைக்கின்றன எனலாம். நம்முடைய வாசிக்கும் திறனால் நாம் முழுமைபெற்ற மனிதனாக பரிணமிக்க முடியும். பாரதி, காந்தி, நேரு, அறிஞர் அண்ணா உள்ளிட்ட நம்முடைய தலைவர்கள் அனைவருமே புத்தக வாசிப்பில் மன்னர்களாக திகழ்ந்து உள்ளதைக் காண முடிகிறது. நாமும் நல்லவற்றை வாசிக்க வேண்டும். வாசித்தவற்றை வாழ்விலே உணர்ந்து நல்லமுறையில் கடைபிடிக்க வேண்டும்.

60. நெற்றி சுருக்கிடேல்

மனித ஞானத்திற்கு அடையாளம் நெற்றியே. நெற்றிக்கண் சிவனுடைய ஞானக்கண்ணாக சொல்கிறோம். குமரிக்கண்டத்தில் வாழ்ந்த மக்களுக்கு நெற்றியில் கண் இருந்ததாகவும் சொல்வர். அதுவே நமது ஞானத்தின் வெளிப்பாடாகும். நெற்றி சுருக்குதல் எப்போது நடக்கும் என்பதை யோசித்து பாருங்கள். கோபம், அருவருப்பு போன்ற விரும்பத்தகாத செயல்களை நாம் செய்யும் போதும் உணரும்போதும் நெற்றி சுருங்க ஆரம்பிக்கும். நெற்றியை சுருக்குதல் என்பது நமது அறிவையும் ஞானத்தையும் சுருக்குவதற்கு சமமானதாகும்.

பாரதி குள்ளச் சாமியாரை சந்தித்த பின்னர் அவனுக்கு யோக சித்தி குறித்த அறிமுகம் ஏற்பட்டது. மரணமில்லா பெருவாழ்வு குறித்த ஆழ்ந்த சிந்தனை கொண்டு அவனுடைய வாழ்வின் இறுதிக்காலங்களில் மௌன விரதங்களை அதிகம் மேற்கொண்டான். 30 நாட்கள் வரை கூட பேசாமல் இருந்திருக்கிறான்.

தன்னை வென்றாளும் திறமை பெறாதிங்கு தாழ்வுற்று நிற்போமா?

என்ற கேள்வி எழுப்ப ஆரம்பித்தான். தன்னையறிதலே ஞானத்திற்கு ஆரம்பம் என்பதை உணர்ந்து ஆழ்ந்த தவநிலையில் பேசுவதை நிறுத்தி தன் நெற்றியின் மையத்தில் ஞான ஒளி ஏற்றினான். தம்மை வெல்வதன் மூலமாக எல்லாவற்றையும் பெற இயலும் என்பதை உணர்ந்து கொள்ள ஆரம்பித்தான்.

> சுத்த அறிவேசிவமென்று கூறுஞ்
> சுருதிகள்கேளீரோ? - பல
> பித்த மதங்களிலே தடுமாறிப்
> பெருமை யழிவீரோ?

என்றே சாடுகிறான். அறிவுதான் தெய்வம் என்று கொண்டாடுகிறான். நம்முடைய அறிவானது போற்றப்பட வேண்டும் என்பதை உணர்ந்து அதை நோக்கி ஆழ்ந்து பயணம் செய்தவன் பாரதி.

நம்முடைய தியானங்கள் அனைத்தும் ஒருமித்து கூறும் அந்த புருவ மத்தியில் இருந்து ஆரம்பிப்பதே நெற்றி எனப்படும். தியானத்தின் ஆரம்பமே நமது நெற்றியில் இருந்தே தொடங்கும்.

அப்படிப்பட்ட அந்த நெற்றியை சுருங்கச் செய்யும் கோபங்களையும் பொறாமை எண்ணங்களையும் தவிர்த்து விட்டு மெய்யான நிலை நோக்கி பயணிக்க வேண்டும். அறிவே தெய்வம் என்பதை உணரும்போதே நம்முடைய சாதி மத பேதங்கள் நம்மை விட்டு அகலும். மனதிலே அன்பு குடிகொள்ள ஆரம்பிக்கும்...

அறிவைக் கொண்டாடுவோம்.

61. நேர்படப் பேசு

நேர்மையோடு பேசுபவர்கள்
ஒரு போதும் தன்னை இழப்பதில்லை

- சதா பாரதி

தவறுகளைக் கண்டுகொள்ளாமல் அப்படியே கடந்து செல்வதும் ஒரு வகை தவறுதான் என்பதை உணர்தல் வேண்டும். ஒருவரைப் பற்றி அவரில்லாத போது மற்றவர்களிடம் பேசுவது இழிவான செயலே ஆகும். அவ்வாறு பேசும் போது அவருடைய நல்ல செயல்களைப் பாராட்டலாமே தவிர அவருடைய குற்றங்களை அடுத்தவரிடம் சொல்வதை விட அவரிடமே அவர் புரிந்து கொள்ளுமளவிற்கு பக்குவமாக சொல்லிவிடுதலே சிறந்ததாகும்.

கூட்டத்தில் கூடிநின்று கூவிப்பிதற்றலன்றி
நாட்டத்தில் கொள்ளாரடி - கிளியே
அதை நாளில் மறப்பாரடி

என்பான் பாரதி.

பல சமயங்களில் மிக ஆவேசமாக கூட்டத்தில் பேசிவிட்டு திரைமறைவில் கைகோர்த்து செயல்படுபவர்களைப் பார்க்கும் போதே பாரதிக்கு கோபம்

வந்துவிடும். தேவையின்றி பிறர் மனம் நோகும்படி பேசிவிடக்கூடாது என்பதில் கவனமாக இருந்தவன். ஆனால் அவசியப்படும் போது யாராக இருந்தாலும் அவர்களுடைய முகத்திற்கு நேராகவே உண்மையை சொல்லும் தைரியமும் பாரதிக்கு இருந்தது. சில குழப்பமான மனிதர்களைக் கண்டு கோபம் கொள்கிறான். தவறுகளைத் தட்டிக் கேட்க, குறைந்த பட்சம் தனது எதிர்ப்புக் குரலைக் கூட நேராக சொல்லாமல் புலம்பித் திரிபவர்களை பாரதி கண்டித்தவன். எது நேர்மையோ பிறருக்கு தீங்கு இல்லாத நிலையோ அது குறித்த பேச்சு வேண்டும். யாரைக் குறித்து பேசுகிறோமோ எதைக் குறித்து பேசுகிறோமோ அதில் குறைந்த பட்ச நேர்மையோடு எவ்வித சமரசமும் செய்துகொள்ளாமல் பேச வேண்டும் என்று பாரதி விரும்பினான்.

புறஞ்சொல்லுதலும் குறுக்குவழியில் முன்னேறுவதற்கு குற்றங்கள் செய்தாலும் அவற்றை கண்டுகொள்ளாமல் சுயநலத்தோடு வாழ்க்கையை நகர்த்துதலும் எத்தனை மலிவானது என்பதை உணருங்கள். நாம் அனைவருமே நிறைய பேசுகிறோம். நேர்பட பேசுகிறோமோ என்பதை மனதிலே கேட்டுப்பாருங்கள். காலத்தை காரணம் காட்டி ஒரு போதும் நமது நேர்மையை விற்றுவிடுதல் கூடாது.

மிகப் பெரிய சிக்கல்கள் அனைத்துமே நாம் மனம் விட்டு பேசுவதாலே தீர்ந்திருக்கும். மனதிற்குள்ளே ஒன்றை வைத்துக்கொண்டு வறட்டுப்பிடிவாதம் கொண்டு நாம் பேசும்போதே பிரச்சினைகள் அதிகமாகி வருகின்றன. நமக்கு பிடிக்காத செயல்களை ஒருவர் தொடர்ந்து நம்மிடமே செய்கிறார் என்றால் அவரிடம் நேராகவே சொல்லிவிடுதல் உத்தமமான ஒன்றாகும். அதுவே செய்பவருக்கும் உதவியாக இருக்கும். அதை விடுத்தது அவரைப்பற்றிய தவறான எண்ணம் கொண்டு அதை வேறொருவரிடம் பேசுவது நம்முடைய நேர்மைக்கு அழகாகாது.

நேர்படப் பேசுங்கள்
நேர்மையாய் வாழுங்கள்

- சதா பாரதி

62. நையப் புடை

தீயவற்றை நையப்புடைப்போம்
நல்லவற்றை காப்போம் — *சதா பாரதி*

எதிரிகளை மன்னித்து விடுதல் ஒருவகை எனில் அவர்களை நையப் புடைத்து இல்லாமல் செய்துவிடல் இன்னொரு வகையாகும். வெளியே மனித உருவிலே உலாவும் எதிரிகளை நாம் மன்னித்து விடலாம். நமக்குள்ளே சில தீய எண்ணங்களாகும் குணங்களாகவும் வலம்வரும் எதிரிகளை நையப் புடைத்து இல்லாமல் செய்வதே நலமாகும்.

பயமெனும்பேய்தனை அடிப்போம்
பொய்ம்மைப் பாம்பினை பிளந்துயிரைக்
குடிப்போம்

என்பான் பாரதி.

மனதில் அச்சத்தோடு உலவுவதை விட இறந்து விடுதலே மேலானது என்பான். புனைவுகளோடு வரும் பொய்யான எண்ணங்களைப் பிளந்து அதனுடைய உயிரினைக்குடித்தால் என்ன என்றே கேட்கிறான். மனம் எப்போதும் நல்ல எண்ணங்களால் நிரம்பியிருத்தல் அவசியமாகும். அவ்வாறு இல்லாமல்

தீய எண்ணங்கள் மனதிலே நுழையும் போது நாம் நையப்புடைத்து அவற்றை அழித்திடல் அவசியம் என்கிறான் பாரதி என்னைக் கவலைகள் தின்னத்தகாதென்று நின்னைச் சரண்டைந்தேன் என்கிறான். பேயாய் உழலும் மனதினை நெறிப்படுத்தும் வித்தைகளை கற்றுக் கொள்ள வேண்டுமென்கிறான். மனம் நல்ல எண்ணங்களால் சூழ்ந்திருக்கும் போது நம்மை அகத்தாலும் புறத்தாலும் யாரும் அடிமைப்படுத்திட இயலாது என்கிறான். நம்மிடமுள்ள தீய குணங்களை நல்ல எண்ணங்களால் நையப்புடைத்து அனுப்புதல் அவசியம் என்பதே அவனது எண்ணமாக இருந்தது. எனவேதான் அவனை அகத்தாலும் புறத்தாலும் எந்த பகைவனாலும் வெல்ல இயலவில்லை. நாம் எல்லோருக்கும் ஒரு பெரிய கவலை உண்டு. அதுதான் நம்முடைய வெளியே திரியும் எதிரி களையும் சூழல்களையும் எளிதாகவும் சாதுர்யமாகவும் வென்று விடுகிறோம். ஆனால் நமக்குள்ளே இருக்கும் எதிர்மறை மனிதனை வெல்வது என்பது அத்தனை எளிதில் இயலாத காரியமாகவே உள்ளது.

நமக்கு வெளியே இருக்கும் பகைவர்களைவிட ஆபத்தானவர்கள் நமக்குள்ளே இருக்கும் எதிர்மறை எண்ணங்கள். அவற்றை முதலிலே நாம் தூக்கி ஏறிய வேண்டும். நம்முடைய நம்பிக்கைகளையும் லட்சியங்களையும் கேலி பேசுபவர்களுக்கு முன்பு வாழ்ந்து காட்டுவதுதான் நாம் நையப்புடப்பதாகும். சில தியாகங்கள் நாம் செய்தால் மட்டுமே சில நல்ல உயரங்களை அடைய முடியும். நமக்குள்ளேயும் வெளியேயும் இருக்கும் பகைவர்களை இனம் காணுங்கள். அந்த பகைவர்களை ஒழிக்கும் முன்பாக அதற்க்கு காரணமான பழக்கங்களை விட்டு ஒழிக்க வேண்டும்

நையப்புடைப்போம்

63. நொந்தது சாகும்

நம்மைப்பிடித்த பிசாசுகள் போயின
நன்மை கண்டோம் என்று கும்மியடி

என்ற வரிகளிலே பெண்ணியம் பேசிய முதல் பெருமகன் பாரதி. பெண்ணியத்திற்கு ஆதரவாக நின்று அப்போதே பெண்மையின் பகை சாகும் என்றே தீர்க்கமாக உரைத்தவன் பாரதி. நம்மிடமிருந்தே மாற்றங்களைத் தொடங்க வேண்டும் என்றே விரும்பினான். அதை செயல்படுத்தவும் முனைந்தான். அவனுக்கும் பகை இருந்தது. அதிகமாகவே இருந்தது. ஆனால் அதை தன்னுடைய உறுதியினால் நெருங்க விடாமல் விரட்டியவன் பாரதி.

புதிய ஆத்திசூடியின் வரிகளிலே ஒரு ஒற்றுமை உண்டு. அதுவே அடுத்தடுத்து வரும் வரிகளுக்கு இடையில் காணப்படும் இழையோடிய தொடர்பாகும். நையப்புடை என்று நம்முடைய தீய குணங்களை அழிக்க வேண்டும் என்பவன் அடுத்த வரிகளிலே நொந்தது சாகும் என்கிறான். நொந்தார் என்றால் பகைவர். நொந்தது என்றால் பகைமை எனப்படும். நம்முடைய பகைமை அழியும் என்பதை நமக்கு நம்பிக்கையோடு கூறி பாரதி வழிநடத்துகிறான்.

சுற்றி நில்லாதே போ - பகையே
துள்ளி வருகுது வேல்

எனப் பாடி பகைமையை அழித்த வேலோடு நின்றவன் பாரதி. பகைமை என்பதெல்லாம் நம்முடைய உறுதியினாலே வெல்ல வேண்டும் என்பதைவிட நாம் உறுதியோடு இருக்கும் போது பகைமையும் பகைவர்களும் நம்மைக் கண்டு பயந்தோடி அழிந்து போகும் என்பான்.

துன்பமினியில்லை தோல்வியில்லை
தோற்புமில்லை
....
நல்லது நாட்டுக
தீமையை ஓட்டுக

என்றே வெற்றிக்கூத்தாடியவன் பாரதி.

நமக்குள்ளே இருக்கும் தீய எண்ணங்களையும் அவ நம்பிக்கை என்ற பகையையும் நையப்புடைத்து வெளியேற்றம் செய்துவிட்டாலே புறப்பகை எல்லாம் தன்னாலே சாகும் என்ற உயரிய தத்துவத்தை நம்முன்னே பாரதி காட்டுகிறான்.

எதிர்ப்புகளைக்கண்டு அஞ்சாமல் மனம் முழுக்க நம்பிக்கையை நிரப்பிக் கொண்டு அயராது உழைத்தாலே போதும். எதிரிகளும் எதிர்ப்புகளும் நம்மை நெருங்க இயலாமலே விலகி ஓடி ஒரு காலகட்டத்தில் அது அழிந்தே போய்விடும். எப்போதும் தீயவைகள் வேகமாக பரவினாலும் அவற்றிற்கு அதைவிட வேகமான அழிவு உண்டு என்பதை உங்கள் மனதிலே ஆழமாக பதிய வைத்துக்கொண்டு செயலாற்றுங்கள். வெற்றி உங்களைத் தேடிவரும்...

பகைவெல்வோம்.

முனைவர். நா. சங்கரராமன்

64. நோற்பது கைவிடேல்

நினைவு நல்லது வேண்டும்
நெருங்கின பொருள்கைப்பட வேண்டும்
கனவுமெய்ப்பட வேண்டும்
கைவசமாவது விரைவில் வேண்டும்

என்பான் பாரதி.

நமது இலக்குகளை நோக்கிய பயணமே மிகச்சிறந்த தியானத்திற்கு சமமானது. பொறுமை யோடும் நம்பிக்கையோடும் முன்னேறுதல் நல்லது என்கிறான். அவ்வாறு பயணிக்கும் போதே நாம் நினைப்பதெல்லாம் நடந்தேறும் என்கிறான். எதை நோக்கி நாம் பயணிக்கிறோமோ அதை அடைந்து விட்டால் என்ன செய்வோமோ அந்த எண்ணத்தோடு அதை நோக்கி பயணிக்கச் சொல்கிறான். சிறு சிறு சங்கடங்களில் நாம் நம்முடைய பயணத்தை நிறுத்தி கைவிடுதல் கூடாது என்கிறான் பாரதி.

இதம்தரு மனையின் நீங்கி
இடர்மிகு சிறைபட்டாலும்
பதந்திரு இரண்டும் மாறி
பழி மிகுந்திழிவுற்றாலும்

விதந்தரு கோடி இன்னல்கள்
விளைந்தெனை அழித்திட்டாலும்
சுதந்திர தேவி நின்னைத்
தொழுதிடல் மறக்கிலேனே

என்றே சுதந்திரம் நோக்கிய அவனது தவமும் இருந்தது. நோற்பது எனில் தவம் மற்றும் பொறுமை என்ற இரண்டு பொருளினைக் காட்டுகிறது. பொறுமை இருந்தால்தான் தவமே செய்ய இயலும் என்பது நாமெல்லாம் அறிந்ததே. பொறுமையும் ஒருவகை தவமே என்பதும் உணர்ந்தவர்களுக்கே தெரியும். தவம் அல்லது விரதம் என்பதை நாம் இறையோடு மட்டுமே சம்பந்தப்படுத்தி பார்க்க வேண்டுமென்ற அவசியமில்லை. நம்முடைய நல்ல இலக்குகளை நோக்கி செயல்படும் போது நம்முடைய ஒவ்வொரு நிமிடமுமே தவத்திற்கான ஆரம்பமே என்பதை உணர்ந்து பொறுமையோடு இலக்குகளை நெருங்குதல் அவசியமாகும். தன்னை அறிதல் என்ற நிலையினைத் தாண்டி தன்னை வெல்லுதல் என்ற உயர்ந்த நிலைக்கு நம்மை அழைத்துச் செல்ல நம்மை நாம் உணர்தல் அவசியமாகிறது. அந்த உணர்தலைப் பெற்றோமெனில் இந்த உலகமே நமக்கானது என்ற எண்ணம் மனதிலே தோன்றி சந்தோசமான வாழ்வு கிடைத்திடும்.

நம்முடைய விரதமோ, தவமோ, பொறுமையோ எதை நோக்கி இருக்கிறதோ அதை அடையும் வரை மனதிலே குழப்பம் இல்லாமல் அதை நோக்கியே அது கைகூடும் வரையில் இருத்தல் அவசியமாகும். சிறு சிறு புறக்கணிப்பு, தடைகள், அற்ப ஆசைகளுக்காக நம்முடைய உயர்ந்த இலக்கினை நோக்கிய தவத்தினையோ பொறுமையையோ கைவிடுதல்கூடாது.

எதை உன் ஆழ்மனம் நினைக்கிறதோ
அது நடந்தே தீரும்
நல்லதை நினையுங்கள்

- சதா பாரதி

65. பணத்தினைப் பெருக்கு

கங்கை நதிப்புறக் கோதுமை பண்டம்
காவிரி வெற்றிலைக்கு மாறு கொள்வோம்

- பாரதி

பண்டமாற்று முறை இருந்த வரைக்கும் இங்கே பணத்திற்கு மதிப்பில்லை. மனிதர்களுக்கும் நல்ல மனங்களுக்குமே மதிப்பு இருந்தது. பணம் என்பது நுழைந்த பின்பே மனிதர்களுக்கான மரியாதை அடியோடு மாறிப்போனதை உணர முடிகிறது. பணமுள்ளவன் சொன்னால்தான் இங்கே எடுபடுகிறது எனும் நிலையே இங்கே நிலவுகிறது. இது நிரந்தரமானதும் இல்லை. ஆனாலும் மாறிவரும் இந்த உலகில் பணம் சேர்ப்பதும் ஒரு குறிக்கோளாக இருத்தல் வேண்டும்.

சென்றிடுவீர் எட்டுத்திக்கும் -
கலைச்செல்வங்கள்
யாவையும் கொணர்ந்திங்கு சேர்ப்பீர்

என்பான் பாரதி.

பல நாட்டு கலைகளையும் இங்கே கொண்டு சேர்க்க வேண்டும் என்ற நினைப்போடு பாரதிக்கு ஐரோப்பா கண்டம் சென்றுவர ஆசையும் இருந்தது. கடைசி நிமிடத்தில் அந்த பயணம் தவிர்க்க இயலாத காரணத்தால் தடைபட்டது. அதற்கான காரணங்களில் ஒன்று பணமாகவும் இருந்தது. பாரதியைப் போல வறுமையை வைராக்கியத்தோடு சந்தித்த கவிஞன் வேறு யாராகவும் இருக்க முடியாது. தன்னிடம் பணம் இல்லாத காரணத்தால் அவன் பட்ட அவமானங்களைச் சொல்லிமாளாது. 'சுதந்திரம் வந்துவிடும். அப்போது சமாஸ்தானத்தில் சொல்லி என் பெயரில் பணம் வாங்கிடலாம். கவலையின்றி வாழுவோம். அதுவரை பொறுத்து கொள்' என்று அவ்வப்போது செல்லம்மாவிடம் கூறுவானாம். அந்தோ பரிதாபம். அவனோடு சுடுகாட்டிற்கு வரக்கூடியச் சுதந்திரத்தைக் கூட பலருக்கும் இந்த தேசம் அனுமதிக்கவில்லை.

'எனது பாடல்கள் பிரசுரமாகும். 5000 பிரதிகள் விற்பனையாகும். தீ போல என் கவிதைகள் காற்றைக் கிழிக்கும்' என்றெல்லாம் கனவுகண்ட பாரதிக்கோ கனவினை நிறைவேற்ற கையிலே காசில்லை. எட்டையபுர ராஜாவிடமோ பணமும் மனமும் இருந்தாலும் மனம் நிறைய பயமும் இருந்ததால் அவரால் உதவவும் இயலவில்லை.

ராசபுதானத்து வீரர்களுக்கு
நல்லியற் கன்னடத்து
தங்கம் அளிப்போம்

என்ற வரிகளைப் பாருங்கள். தன்னிடமுள்ள வறுமை பற்றிய கவலையின்றி தங்கத்தை பரிசளிக்க ஆசைப்பட்டவன். பத்திரிகை வருமானம் அவன் எழுத்துக்களுக்கு தடை வந்த போது நின்றது. வெவ்வேறு பெயர்களில் கொஞ்சமும் சூடு குறையாமல் எழுதிய அவனுக்குப் பணம் என்பது கடைசி வரை ஒரு பிரச்சினையாகவே இருந்தது. அதனுடைய பிரதிபலிப்பே பணத்தினைப் பெருக்கு என்ற வரிகளாகும். பணத்தினைப் பெருக்குவதன் மூலமாகத்தான் அடுத்தவருக்கு நமக்குமான தேவைகளைப் பூர்த்தி செய்ய இயலும் என்பதையே அவன் வலியுறுத்தினான்.

பணம் சேர்க்கும் ஆர்வம் நல்லதே. அதை பெருக்குவதும் சிறந்ததே. ஆனால் அது அனைத்துமே அடுத்தவருக்கும் நமக்கும்

தீங்கு இல்லாத நல்ல வழியில் சேர்க்க வேண்டும். சேர்த்த பணத்தின் ஒரு பகுதியை இயலாதவர்களின் நலனுக்காகவும் பயன்படுத்த வேண்டும். பணம் சேர்ப்பதை மட்டுமே குறிக்கோளாகக் கொண்டு இயங்க வேண்டாம். பணமும் வாழ்க்கைக்கு அவசியமான ஒன்றே என்பதை மனதிலே வைத்து பணத்தினைப் பெருக்குவோம்.

66. பாட்டினில் அன்பு செய்

எழுது கோலும் தெய்வம் - பாரதி

அன்பு மட்டுமே இன்றளவும் நம்மை உயிர்ப்போடு வைத்திருக்கிறது என்றால் அது மிகையாகாத ஒன்றே. இந்த உலகம் அன்பாலே இணைக்கப்பட்ட உறவுகளால் ஆனது. நம்முடைய தமிழ்ச்சமூகம் அன்பினை தாலாட்டுப் பாடல்களில் தொடங்கி பிள்ளைத்தமிழ், சிறுவர் பாடல்கள், காதல் பாடல்கள், ஆகிய அனைத்தும் நம்முள்ளே ஊட்டி வளர்த்துள்ளன. அத்தனை பாடல்களிலும் அன்பு இழையோடிருக்கும் என்பதை மறுப்பதற்கில்லை.

பாரதி நமக்கெல்லாம் பாட்டன் இல்லையா ஆகவேதான் அவன் பாட்டினில் அன்பு செய்ய சொல்கிறான்.

ஊனுடலை வருத்தாதீர்
உணவிற்கை கொடுக்கும்
உங்களுக்கு தொழிலிங்கே
அன்பு செய்தல் கண்டீர்

என்றே தன்னுடைய பாடல்களில் அன்பினை விதைத்தே பழக்கப்பட்டவன் பாரதி. நல்ல மனிதர்களை அன்பால் அரவணைக்க ஒருபோதும் தவறியதில்லை. அதனால்தான் பராசக்தியைப் பாடிய வாயாலே பரமபிதாவையும் பாடினான். அன்பாலே அல்லாவையும் அழைத்தான். தன்னைச் சுற்றி இருந்த அத்தனை உயிர்களையும் அன்போடு நேசித்தவன் பாரதி.

உயிர்களிடத்தில் அன்பு வேணும்

என்றே பாடியவன். பாடியதோடு இல்லாமல் தன்னுடைய வீட்டு முற்றத்தில் பறவைகளுக்குப் பந்தி பரிமாறியவன். கழுதைகளையும் கன்றுகளையும் கூட கொண்டாடி மகிழ்ந்தவன். குயில் தோப்பிலேயே குடிகொண்டிருந்தவன். அன்பு என்பது வார்த்தையல்ல. அது உணர்வு என்பதை அடிக்கடி வெளிப்படுத்தும் இடங்கள்தான் அவன் உணர்ச்சி வசப்பட்ட தருணங்கள் எனலாம். கண்ணனின் மேலான அவனது அன்பைச் சொல்லி மாளாது.

இன்பக்கதைகள் எல்லாம் உனைப்போல்
ஏடுகள் சொல்வதுண்டோ
அன்பு தருவதிலே உனைப்போல்
ஆகுமோர் தெய்வமுண்டோ

என்றே கண்ணனைப் பாடி மகிழ்ந்தவன் பாரதி.

இசை என்பது கேட்பவர்களை ஈர்த்து உணர்வுகளை வருடக் கூடியது. சிலரது பாடல்களைக் கேட்கும் போது உணர்வுமிகுதியால் நம்மையறியாமல் கண்ணீர் சொரிவது இயல்பாகும். பாடல் வரிகள் அன்பினைச் சொல்வதாகவே இருக்க வேண்டும். அதைவிட முக்கியம் அதைப் பாடுபவர்கள் அந்தப் பாடலின் தன்மை கெடாமல் கொண்டு சேர்ப்பவராக இருக்கவேண்டும். இசையும் இறைவனும் ஒன்றுதான். அதை உணர்வதன் மூலமாகவே அறிய இயலும்...

67. பிணத்தினைப் போற்றேல்

உணர்வோடு இருக்கும் நிமிடங்களே
உயிரோடு இருக்கும் தருணங்கள்

- சதா பாரதி

உணர்வுகளற்ற ஒவ்வொருவருமே பிணமாகவே கருதப்படுவார்கள். ஒவ்வொரு நிமிடமும் உணர்வு களோடு வாழ்தலே அழகான வரமாகும். இந்த நிமிடமே நிச்சயம் என்ற நம்பிக்கையோடு பிறருக்குத் தீங்கு இல்லாத நல்வாழ்க்கை வாழ்வதே மனிதர்கள். மற்றவர்கள் நடமாடும் பிணங்களே ஆவார்கள். அவர்களைப் போற்றும் இழிவான செயலை ஒருபோதும் செய்தல் கூடாது.

சொல்லக் கொதிக்குதடா நெஞ்சம் - வெறும்
சோற்றுக்கா வந்ததிங்கு பஞ்சம்

என்றே கொதிக்கிறான். இத்தனை ஊடகங்களும் நவீனமும் வளர்ந்த பின்னரும் இன்றுவரை நம்மிடையே சாதிகளும் மதங்களும் தவிர்க்க இயலாத போது அவனுடைய காலத்தில் எப்படி இருந்திருக்கும் என்பதை எண்ணிப்பாருங்கள். அடுத்தவரின்

உணவையும் உணர்வையும் பறிக்கும் அத்தனைபேரையும் பிணமாகத்தான் கருதுகிறான். அவர்களைப் போற்றுவது மிக இழிவான செயல் என்பதை பாரதி சுட்டிக்காட்டுகிறான். அதற்கும் மேலே ஒருபடி சென்று.

பேயாட்சி செய்தால்
பிணந்திண்ணும் சாத்திரங்கள்

என்று ஆட்சியாளர்களை விமர்சிக்கிறான். நமது உரிமையை தடுப்பதற்கு இவர்கள் யார் என்ற உரிமைப்போராட்டத்தை தைரியமாக அகத்திலும் புறத்திலும் தொடர்ந்து நடத்தியவன். எதைக்கண்டாலும் அஞ்சி நடுங்கி எப்போதும் ஒடுங்கிய நிலையில் வாழும் அடிமைகளை விட மோசமானவர்கள் நம்மை அடிமையாக நடத்தியவர்களுக்கு உதவி செய்தவர்கள். அவர்களையே பிணமென்று அழைக்கிறான் பாரதி.

இந்த நாட்டில் பிறந்த யாரும் அடிமைகள் அல்ல. இழிவான மனிதர்களும் இல்லை என்பதை புரியவைக்கப் போராடியவன் பாரதி. சுய சிந்தனையின்றி அடுத்தவர் சொல்வதை அப்படியே ஏற்றுக் கொண்டு பெண்களை அடிமைப்படுத்தியவர்களை 'நம்மைப் பிடித்த பிசாசுகள் போயின' என்றே கூறி பெண்ணியம் பேசியவன். அதைப் பேணவும் செய்தவன்.

உணர்வுகளற்று அடுத்தவர்களின் உணர்வுகளைப் புரிந்து கொள்ளாமல் நடமாடும் பிணங்களாக இருப்பவர்களைப் புகழ்வது கூடாது. இறந்த பின்னும் புகழோடும் பெயரோடும் நிலைத்திருக்கும் படி வாழ்தலே அவசியமானது. மிகச்சிறந்த பிறவியான இந்த மனிதப்பிறவியைக் கொண்டாடும் வகையில் தீங்கு இல்லாத வாழ்க்கை வாழ்தல் வேண்டும்.

வேடிக்கை மனிதரல்ல நாமும்...

68. பீழைக்கு இடங்கொடேல்

மனம் ஒரு சந்நிதி
அதை நல்ல எண்ணங்களால் அலங்கரியுங்கள்

- சதா பாரதி

பீழை என்றால் துன்பம் எனப்படும். துன்பமில்லாத நிலை என்பது சாத்தியமில்லை என்றாலும் ஆளுக்கொரு அளவுகோலாக துன்பம் இங்கே அளவிடப்படுகிறது. எறும்பு கடித்து இறந்தவனும் உண்டு. யானையால் தாக்குண்டாலும் பிழைத்த பாரதியும் இங்குண்டு. உங்கள் வாழ்வில் வரும் துன்பங்களின் அளவு உங்கள் மனதினைப் பொறுத்தே தீர்மானிக்கப்படுகிறது. அத்தனை இடர்பாடுகளையும் தாங்கிய பாரதியின் மனதில் ஒரு போதும் துன்பம் தங்கியதில்லை.

பேயாய் உழலும் சிறு மனமே
பேணா என் சொல் இன்று முதல்
நீயா ஒன்றும் நாடாதே
நினது தலைவன் யானே காண்

என்றே மனதிற்கு கட்டளையிட்டு ஆனந்தமாக வாழ்ந்திட்டவன் பாரதி. எவ்விதத் துன்பங்களுக்கும் இடம்கொடாமல் அதை தன்னுடைய வரிகளால்

விரட்டியடித்தவன். உலகத்தின் இன்பமயமான வாழ்க்கை இயற்கையை நேசித்தலிலே இருக்கிறது என்பதாலே தன்னுடைய துன்பங்களைத் துரத்திடமாக அவன் தேர்ந்தெடுத்த இடமாக இருந்தது புதுவையின் குயில் தோப்பாகும். மரங்களும் மலைகளும் அருவிகளுமே அவனது பாடல்களின் முதல் ரசிகனாக இருந்தது எனலாம்.

துச்சமாக எண்ணி நம்மை ஊறுசெய்தபோதிலும்
அச்சமில்லை அச்சமில்லை அச்சமென்பதில்லையே

என்ற பாடல்வரிகளைப் பாருங்கள். தன்னம்பிக்கையின் உச்சத்தை இதைவிட வேறுயாராலும் சொல்ல இயலாது. தன்னை எதிர்த்த வறுமையையும் வெள்ளையனையும் சில புல்லுருவிகளையும் ஒருசேர எதிர்ப்பதற்கும் வெல்வதற்கும் தன்னுடைய வரிகளையும் வாழ்க்கையையும் ஒன்றுசேர பயன்படுத்தினான்...

கவிதைகளையும் பத்திரிகைகளையும் வெள்ளையர்களும் பிரெஞ்சு அரசாங்கமும் பறித்தாலும் அவனுடைய மனதினை ஒன்றும் செய்திட இயலவில்லை. அவனுடைய மனம் எப்போதும் குழந்தை மனது போலவே கொண்டாடிக் கழித்தது.

கவலைகளால் மனதினை நிரப்பிக் கொண்டு அதை குப்பைத் தொட்டியாக மாற்றி விடக்கூடாது. நேர்மறை எண்ணங்கள் உள்ளவர்களைத் துன்பங்கள் நெருங்க பயப்படும். மனதினை மகிழ்ச்சியாலே நிரப்பிக் கொள்ளுங்கள். கண்ணுக்கு அருகில் வைத்து பார்க்கும் கல் கண்ணை மறைத்து விடுவதைப்போல மனதிலே துன்பங்களை ஏற்று உலகத்தைப் பார்க்கும் போது உலகமே எதிர்மறையாகத்தான் தெரியும். சற்றே விலக்கி பாருங்கள். தீர்வுகள் கிடைக்கும். நிகழ்வுகளை ஏற்றுக் கொள்ளுங்கள். நல்லதே நடக்கும்...

69. புதியன விரும்பு

பழையன கழிதலும் புதியன புகுதலும்
வழுவழு கால வகையினவே

- பவணவந்தியார்

புதிய சிந்தனைகளும் புதிய பொருட்களும் நம்மை எப்போதுமே ஒருவித புதிய நம்பிக்கையோடு நகரச் செய்கின்றன. அன்பாக இருந்தாலும் அலைபேசியாக இருந்தாலும் புதியவற்றை நம்மை யறியாமல் அதிகம் விரும்பத் தொடங்கிவிடுகிறோம். ஒவ்வொரு நாளும் ஒவ்வொரு கணமுமே புதியவற்றை அறிந்து கொள்ள வேண்டும் என்ற ஆர்வமே நம்முடைய வாழ்வினை ரசனையுள்ளதாக மாற்றுகிறது.

இன்று புதிதாய் பிறந்தோம்

என்பான் பாரதி.

கணந்தோறும் மாறிவரும் உலகினைக் கண்களால் காட்சிகளாக வடிவமைத்து தனது வரிகளிலே வடிவமைத்தவன் பாரதி. தலைப்பாகை அணிந்ததே அவனுடைய புதுமைச்சிந்தனைதான் என்பதை மறுக்க இயலாது. அடிமை தேசத்தில் அனைவரும் புலம்ப தன்னைத் தனியொரு அரசானாக முடிசூட்ட அவன்

செய்த குறியீடுகளில் ஒன்றுதான் அவனுடை தலைப்பாகை. தினம் தினம் ஏதாவது ஒரு புதியவற்றை கற்க வேண்டும் என்ற ஆர்வம் அவனுடைய சிந்தையில் தோன்றிக்கொண்டே இருக்கும்.

சந்திரமண்டலத்தியல்கற்போம்
சந்திதெரு பெருக்கும் சாத்திரம் கற்போம்

என்ற வகையில் வானத்திற்கும் பூமிக்கும் எட்ட முடியா இலக்குகளை சாத்தியப்படுத்த பாடியவன். புதுமைப் பெண், புதிய ஆத்திசூடி, பாஞ்சாலி சபதம் என்று அவனது புதுமைகளுக்கு அளவேதும் கிடையாது.

எல்லோரும் தாலாட்டு பாடிய போது இவன் பாரதமாதாவையே திருப்பள்ளியெழுச்சி பாடி எழுப்பியவன். பழைமைவாதங்களை தனது பாட்டுக்களால் பழுது பார்த்தவன். வெற்றுக்கூச்சல்களாலும் புலம்பல்களாலும் ஏதும் நடந்திட இயலாது என்பதை உணர்ந்தே மரபுக்கவிதைகளை உடைத்து மக்களிடம் எளிய கவிதைகளைக் கொண்டு சேர்த்தவன் மகாகவி என்றால் அது மிகையாகாது.

மாற்றங்கள் மாறாதது என்பதே உலக நியதி. மாறிவரும் உலகத்திற்கேற்ப நாமும் நம்மை வடிவமைத்துக் கொள்வது அவசியமான ஒன்றாகும். பழமையைப் போற்றுவதில் தவறேதுமில்லை. ஆனால் அவற்றை நவீனப்படுத்த முயற்சித்தாலே அதை உலகம் முழுக்க கொண்டு சேர்க்க இயலும் என்பதைப் புரிந்து கொள்ளுதல் அவசியமாகும். புதியவற்றை நாள்தோறும் கற்றுக் கொள்ளும் மனதிற்கே புத்துணர்வு கிடைக்கும்.

70. பூமி இழந்திடேல்

தன்னைச் சுமந்து நிற்கும் தாயினை சாகும்வரை சுமந்து நிற்கவேண்டும் என்ற உணர்வுள்ள நாம் சாகும்வரை நம்மைத்தாங்கி நிற்கும் இந்த பூமியை எந்த சூழலிலும் இழந்துவிடக்கூடாது என்ற உணர்வோடு தான் ஒவ்வொரு நாளுமே இயங்க வேண்டும். எத்தனை வளங்களை அள்ளித்தந்துக் கொண்டே இருக்கிறது இந்த அழகிய பூமித்தாய்...

> எந்தையும் தாயும் மகிழ்ந்துகுலாவி இருந்ததும்
> இந்நாடே -
> அவர் முந்தையர் ஆயிரம் ஆண்டுகள்
> வாழ்ந்து முடிந்ததும் இந்நாடே

என்ற வரிகளிலே இந்த பூமியின் புனிதத்தைப் புரியவைத்தவன் பாரதி. தன் மண்ணையும் மனிதர்களையும் நேசிக்கத் தெரிந்தவனுக்குத்தான் மனிதன் என்ற அடையாளம் பொருந்தும் என்பதை உணர்ந்து அதை உண்மையோடு நடைமுறைப்படுத்தியவன்

> தண்ணீர் விட்டா வளர்த்தோம் சர்வேசா
> கண்ணீராற் காத்தோம்
> கருகத் திருவுளமோ?

என்று அடிமை தேசத்திலிருந்த போதே சுதந்திர இந்தியாவை சிந்தித்தவன். ஒவ்வொரு முறையும் தனது தேசத்தையும் மொழியையும் மனிதர்களையும் எழுதும் போது அவனுக்கு புதிய ரத்தம் பாய ஆரம்பிக்கும்.

இந்த பூமியின் அத்தனை வளங்களையும் அருமையோடு நேசித்தவன். எட்டையபுர மண்ணை திரும்பி வந்துமுத்தமிட்ட போதே தெரிந்தது அவனது மண்ணை நேசித்த பெருமை. சொந்த ஊரையும் நாட்டையும் விட்டு பணி நிமித்தமாக வேறு நாட்டில் வசிப்பவர்களே தங்களின் மண்ணின் மகத்துவம் தெரியும். சொந்த ஊருக்குச் செல்வதும் அந்த மண்ணிலே கால்பதிப்பதும் உறவுகளோடு கொண்டாடி மகிழ்வதிலும் உள்ள சந்தோசங்களை உணர்ந்தவர்களுக்கே மண்ணின் மகத்துவம் புரியும். இன்னமும் இறக்கும் தருவாயில் கூட சொந்த மண்ணிற்கு சென்றே உயிர் விட வேண்டும் ஏக்கத்தோடு இருக்கும் பெரியவர்களைப் பார்க்கும் போதுதான் மண்மீதான அவர்களின் மகத்துவம் புரியும். தன்னுடைய சொந்த ஊரின் மண்ணை தன்னுடைய தலைமாட்டில் வைத்துக் கொண்டு நிம்மதியான இறப்பை நேசிக்கும் உள்ளங்களுக்காக பாரதி சொன்னதே பூமியை இழந்திடேல் என்பதாகும்...

இந்த நாடு நம்மை சுமந்து நிற்கிறது என்பதைத் தவிர வேறு பெருமிதம் நமக்கு என்ன இருந்திடப் போகிறது. உலகிலேயே புண்ணிய ஆத்மாக்கள் நிறைந்த நம்முடைய நாடு அடிமைப் பட்டுக் கிடந்த நேரத்தில் பாரதி எழுதிய வரிகள் இவை. இனி ஒருபோதும் நம்முடைய பூமியை இழந்துவிடக்கூடாது என்ற வகையிலே அனைவருடைய துயில் எழுப்ப முயன்றான். ஒவ்வொரு முறையும் நமது நாட்டைப் பற்றிய பாடல்களில் இந்த மண்ணின் புனிதத்தையும் மகத்துவத்தையும் மாறாமல் பாடிவைத்தான்

பூமியும் நம் தாய்தான்
அதனை ஒருபோதும் இழந்திட கூடாது   *- சதா பாரதி*

71. பெரிதினும் பெரிது கேள்

> மிகப் பெரிய பயணமெல்லாம்
> சிறு புள்ளியிலிருந்தே தொடங்குகிறது

என்பது மேலை நாட்டு பழமொழி. ஆசைகளையே நம் வாழ்வினை அழகுபடுத்துகின்றன. நல்ல நம்பிக்கையோடு முறையாக தகுதிகளை வளர்த்துக் கொண்டு நமது இலட்சியத்தை அடையும் போது உள்ள மகிழ்ச்சி அளவில்லாத ஒன்றே ஆகும். எப்போதும் நம்முடைய இலக்குகளை மிக உயர்ந்த இலக்குகளாக வைத்துக் கொள்வது அவசியமாகும். அதற்கு நம்முடைய மனதினை நாம் தகுதிப்படுத்த வேண்டும்... பாரதியினை பொறுத்தவரை தன்னை கவிராசனாகவே சிருஷ்டித்து கொண்டான். இந்த உலகை மாற்ற வந்த ரட்சகனாகவே தன்னைப் புரிந்து கொண்டான்.

> சொல்லடி சிவசக்தி என்னைச்
> சுடர்மிகும் அறிவுடன் படைத்துவிட்டாய்
> வல்லமைதாராயோ - இந்த
> மாநிலம் பயனுற வாழ்வதற்கே

என்றே பராசக்தியை வேண்டினான். சாதாரணமாக உப்பு, மிளகாய் பிரச்சினைகளுக்காகவோ அல்லது

தன்னுடைய குடும்ப நலன் சார்ந்த விடயங்களைத் தாண்டி ஏன் இந்தியாவைத் தாண்டி உலகத்தை நேசித்தான் பாரதி.

> தனியொரு மனிதருக்கு உணவில்லையெனில்
> ஜகத்தினை அழித்திடுவோம்

என்ற ஆவேசம் அவனுடைய உலக நோக்கிற்கு போதும். எத்தனை பெரிய வறுமையில் இருந்தாலும் உலகம் என்னுடையது என்ற இறுமாப்பு அவனிடம் இருந்தது. அவனது மனம் ஒருபோதும் சோர்ந்ததில்லை.

அவனுடைய சிந்தனைகள் அனைத்துமே மிகப்பெரிய சிந்தனை யாகவே இருந்தது. நதிநீர் இணைப்பு குறித்து முதல்குரல் எழுப்பியவன் பாரதி என்றால் அது மிகையாகாது. சேதுசமுத்திர திட்டம் குறித்த் பார்வை அவனிடம் அப்போதே இருந்தது என்றால் அவனுடைய சிந்தனையின் வலிமை எத்தகையது என்பதை நாமறிந்து கொள்ள வேண்டும்.

> வங்கத்து ஓடிவரும் நீரின்மிகையால்
> மையத்து நாடுகளில் பயிர் செய்குவோம்
> ....
> சிங்களத் தீவினிற்கோர் பாலம் அமைப்போம்
> சேதுவை மேடுறுத்தி வீதி சமைப்போம்

என்ற முழக்கத்தை நூறு ஆண்டுகளுக்கு முன்பே முழங்கிய சித்தன். அவனுடைய அச்சமில்லை அச்சமில்லை பாடல்போதும் அவனுடைய சிந்தனையின் உச்சத்தை நாம் அறிய முடியும்...

> எண்ணிய முடிதல் வேண்டும்

என்று சொல்லிவிட்டு நல்லவை எண்ணல் வேண்டும் எனும் அவனுடைய வரிகளே போதுமானது. நம்முடைய சிந்தனையின் வலிமையை நாம் எப்படி அமைத்துக் கொள்ள வேண்டும் என்பதை நமக்கே சொல்லிக் கொடுத்தவன். நம்முடைய மனம் விரும்பும் மிகப்பெரிய இலட்சியங்கள் எதுவாக இருந்தாலும் கடுமையான உழைப்பும் நம்பிக்கையும் இருந்தால் அடைய இயலும் என்பதை பல வரலாற்று நாயகர்களும் நம்முடையே வாழும் நாயகர்களுமே சொல்லிக் கொடுத்துள்ளார்கள். அந்த உயர்வான இலட்சியங்களை நோக்கிய நமது பயணத்தில் வரும் தற்காலிக தோல்விகளில் திரும்பிவிடாமல் தொடர்ந்து முன்னேற வேண்டும்.

நல்லதே நடக்கும்... நம்பிக்கையோடு நகருங்கள்.

72. பேய்களுக்கு அஞ்சேல்

பயம் எனும் பேய்தனை அடிப்போம்

என்பான் பாரதி.

உண்மையில் பேய்களுக்கு அஞ்சுதல் என்ற நிலையினைத் தாண்டி அஞ்சுவதே பேயாகும் என்கிறான் பாரதி. வெள்ளையனின் உடைகளுக்கும் அவனுடைய தொப்பிகளுக்கும் கூட அஞ்சிவாழ்ந்த அடிமை வாழ்க்கையினை அடியோடு மாற்ற விரும்பியவன். மனதிலே பயமில்லாதவர்கள் குழந்தைகள் என்பதாலே அவன் கண்ணனை தனது கவிதையின் கருவாக்கினான். தனது மனம் எப்போதும் தெளிவாக இருக்க வேண்டுமென விரும்பியவன்.

மனதில் ஏற்படும் தீய உணர்வுகளின் ஒட்டு மொத்த உருவமே பேயாகும். நமது எண்ணங்களின் எதிர்மறைகளே பேய்களாக வந்து நிற்கும் என்பதில் எவ்வித ஐயமில்லை. அந்த எண்ணங்களுக்கு அஞ்சாமல் நல்ல எண்ணங்களால் அவற்றை விரட்டியவர்களே வெற்றி என்பதை எளிதாக அடைகிறார்கள்.

தனது ஒவ்வொரு சிந்தனையிலும் தயக்கமும் பயமும் இல்லாமல் முன்வைத்தவன். அவனது சொல்படியே அவன் மனமும் கேட்டது. ஏனெனில்

நம்மைத் தீர்மானிப்பது நம் மனம்தான் என்பதை தீர்க்கமாக நம்பியவன். மனதிலே குழப்பமற்றச் சூழல் நிலவினாலே நம்முடைய பயம் அகலும் என்பதை உணர்ந்தவன்.

எல்லா மாகிக் கலந்து நிறைந்த பின்
ஏழ்மை உண்டோ? - மனமே
பொல்லாப் புழுவினைக் கொல்ல
நினைத்தபின்
புத்திமயக்கமுண்டோ?

மனம் அலைபாயும் எண்ணங்களின் கலவையே என்பதை உணர்ந்திருந்தவன். எத்தகையச் சூழலிலும் மனதினை அடக்க விரும்பினால் அது பெரிய பாதிப்பினை ஏற்படுத்தும் என்பதை அறிந்தவன். அதை தன்னுடைய சொல்படி கேட்கும் குழந்தையாக்கி மனதை ஆண்டவன். பலருடைய மனதையும் ஆள்பவன்.

உண்மையில் அகப்பேயை அகற்றி விட்டால் புறப்பேய்கள் தென்படாது என்பதை நம்பியவன் பாரதி. நம்முடையே இருக்கும் சோம்பலும் தயக்கமும் பயமுமே மிகப்பெரிய பேய்களாகும். அவைகளுக்கு அஞ்ச ஆரம்பித்தோமெனில் வாழ்வை இழக்க நேரிடும். துணிவோடு அவற்றை அகற்ற வேண்டும். நல்ல நம்பிக்கை உடைய எண்ணங்களை மனதிலே நிரப்பிக் கொண்டு பாருங்கள். இந்த உலகமே அழகாய்த் தெரிய ஆரம்பிக்கும். பேய்கள் என்பதும் இறை என்பதும் நம்முடைய மன உணர்வின் வெளிப்பாடுகளே என உணர்ந்து கொள்ள வேண்டும்.

பேய்களும் அஞ்சட்டும்
நமது நல்ல நம்பிக்கையைப் பார்த்து... *- சதா பாரதி*

73. பொய்மை இகழ்

ஆயிரம் பொய்களைவிட
வலிமையானது ...
ஒற்றை உண்மை *- சதா பாரதி*

உண்மைகளை விட பொய்கள் அதிகமான மதிப்பு பெறும் வகையில் இன்றைய இன்றைய சூழலில் அனைவராலும் பார்க்கப் படுகிறது. ஆனால் பாரதியோ பொய்மையை இகழ்கிறான்

பொய் சொல்லக்கூடாது பாப்பா-நீ
புறம் சொல்லல் ஆகாது பாப்பா

என்றே வலியுறுத்துகிறான். எல்லோருடைய மனதிலும் உண்மையை விதைக்க வேண்டும். மூட நம்பிக்கை யிலிருந்து விடுபடவேண்டும் என்றால் பொய்யான சடங்குகளிலிருந்து விடுபடவேண்டும் என்ற விதையை அனைவருடைய மனதிலும் விதைக்க விரும்பினான். மனமே மிகச் சிறந்த வழிபடக்கூடிய இறைவன் என்பதையே ஆராதிக்க தொடங்கினான்.

நிற்பதுவே நடப்பதுவே பறப்பதுவே
நீங்களெல்லாம் சொப்பனம்தானோ –பல
தோற்ற மயக்கங்களோ

கற்பதுவே கேட்பதுவே கருதுவதே
நீங்களெல்லாம் அற்பமாயைகளோ –உம்மில்
ஆழ்ந்த பொருள் இல்லையையோ

என்றே சித்தாந்த அறிவைப் பாடினான் . இங்கே இளமையும் அழகும் பொய்கள்தான். அறிவுதான் மெய்யான இறைவன் என்பதனை உணர வேண்டும் என்று விரும்பினான். ஒவ்வொரு மனிதரும் தனக்குள்ளே தேடிப்பார்த்து உண்மையை உணரவேண்டும். காலங்கள் நம்முடைய பொய்மைகளை மாற்றிவிடும். உண்மையும் இயல்பும் எப்போதும் அழகானவை.

உண்மைகள் இயல்பாக வரும்
பொய்கள்தான் புனைவோடு வரும் - *சதா பாரதி*

ஒவ்வொரு முறையும் நம்மிடையே இருக்கும் சில மூட வழக்கத்தையும் களைய வேண்டும் என்றே விரும்பினான் பாரதி. பெண்ணிற்கு எதிராக நிகழும் பொய்மையான மூடச் சடங்குகளை விட வேண்டும். உணமையான அறிவே தெய்வம் எனபதை உணர வேண்டும்.

74. போர்த்தொழில் பழகு

போரில்லாத உலகம் வேண்டும் என்பதே நம்முடைய அனைவரின் விருப்பமாக இருக்க முடியும். ஆனால் இன்றைய உலகம் போரினால் நிறைந்த உலகமாகவே உள்ளது என்றால் அது மிகையாகாது. எனவே இந்த போர் நிறைந்த உலகத்தை எதிர்கொள்ள வேண்டுமெனில் போர்த்தொழில் பழகுதல் அவசியமாகிறது. இந்த போரினை பாரதி வெறும் புறம் சார்ந்த போராக மட்டுமே கூறியிருப்பான் என்று சொல்லிட இயலாது...

**போருக்கு நின்றிடும் போதும் மனம்
பொங்கலில்லாத அமைதி மெய்ஞானம்**

என்கிறான் பாரதி.

போர்க்களத்தில் நிற்கும் போது நடந்த கீத உபதேசம் போலவே செய்கிறான். நம்முடையே புறத்தில் நடக்கும் போர்களை விட அகத்தில் ஒவ்வொரு கணமும் நடக்கும் போர் ஏராளமானது. அந்தப் போரினை எதிர்கொள்ள வேண்டுமெனில் மனம் அமைதியான நிலையினை அடைதல் அவசியம் ஆகும் என்கிறான் பாரதி...

பாதகம் செய்பவரைக் கண்டால்
நீ பயங்கொள்ளலாகாது பாப்பா
மோதி மிதித்துவிடு பாப்பா - அவர்
முகத்தில் உமிழ்ந்துவிடு பாப்பா

எனும் போதே போர்த்தொழிலை கற்றுக் கொள்ளும் வித்தைகளை குழந்தைகளிடமிருந்தே தொடங்கிவிடுகிறான். ஒவ்வொரு குழந்தையும் நம்பிக்கையோடும் வீரத்தோடும் வளரவேண்டும் என்பதை வலியுறுத்தியவன் பாரதி...

மனதளவில் நடக்கும் போராட்டங்களை நம்முடைய தீர்க்கமான எண்ணங்களால் வெற்றி கொள்வது அவசியமாகிறது. பாரதிக்கு மல்யுத்தம், வாள்பயிற்சி உள்ளிட்ட அனைத்தையும் ஆர்வத்தோடு கற்றுக் கொள்ள வேண்டும் என்பதை விரும்பி கற்றுக்கொண்டவன். விவேகத்துடன் இருக்கும் வீரத்தைக் கொண்டாடியவன் பாரதி.

ஞாலம் நடுங்க வரும் கப்பல்கள் செய்வோம்

என்ற கம்பீரத்தோடு போர்த்தொழில் பழகுவதற்குத் தயார்ப் படுத்தச் சொன்னான். எத்தனை கவலைகள் இருந்தாலும் கம்பீரத்தோடு அதை எதிர்த்து வெல்லும் மனநிலையை வளர்த்துக் கொள்ள வேண்டும்.

நம்முடைய நல்ல எண்ணங்களாலும் செயல்களாலும் கெட்ட எண்ணங்களையும் தீயவர்களையும் ஒடுக்குவதற்கு நம்முடைய மனதையும் உடலையும் தயார்ப்படுத்திக் கொள்ளுதல் அவசியமாகும். தாக்குதலுக்காகவே நாம் பழக வேண்டும் என்பதில்லை. தாக்குதலை எதிர்கொள்வதற்கு நாம் நம்மை தயாராக வைத்திருக்க வேண்டும்.

அகத்தையும் புறத்தையும் வெல்லும்
ஆற்றல்கள் பெறுவோம்

- சதா பாரதி

75. மந்திரம் வலிமை

நம்பிக்கையோடு சொல்லும் நல்ல வார்த்தைகளே மந்திரம் எனப்படும். நம்மை உற்சாகப்படுத்தவும் ஆறுதல் படுத்தவும் சிலருடைய அன்பு வார்த்தைகள் தேவைப்படுகின்றன. சிலருக்கு நம்முடைய வார்த்தைகள் தேவைப்படுகின்றன. வார்த்தைகளில்தான் ஒருவருடைய வாழ்க்கை வெளிப்படும். நம்முடைய வார்த்தைகளே நம்மையும் பிறரையும் காப்பாற்றும் ஆயுதமாகும்.

உள்ளத்திலே ஒளியுண்டாயின்
வாக்கினிலே இனிமை உண்டாகும்

என்பான் பாரதி.

நம்முடைய மனம் தெளிவாக இருக்கும் போது நாம் சொல்லும் வார்த்தைகளிலே உண்மைகள் வெளிப்படும் என்பதிலே பாரதிக்கோ அளவற்ற நம்பிக்கை உண்டு. பாடல்கள் பலவற்றிலும் அவனது உள்ளத்தின் ஒளி வார்த்தைகளாக வெளிப்படுவதைப் பார்க்க முடிகிறது.

செல்லம்மாள் ஒருமுறை இறைவனை நினைத்து மந்திரம் சொல்லிக்கொண்டு இருப்பதை பார்த்த பாரதி, எந்த சுரமும் ராகமும் இல்லாமல்

பாடல் ஒன்றை கத்தினாராம். செல்லம்மாவுக்கோ ஒன்றும் புரியவில்லை. பாரதி இப்படி செய்யமாட்டாரே? அதுவும் இறைவனை வணங்கும் மந்திரம் உச்சரிக்கும் போது இப்படி செய்வதன் காரணம் என்ன என்று பாரதியைக் கேட்ட போது.

'செல்லம்மா நீ சொல்லும் மந்திரம் ஒவ்வொன்றும் பொருளும் முறையான ஓசையும் உண்டு. அதை நீ கவனமில்லாமல் வேறு ஒரு வேலையை செய்துகொண்டே சொல்வதிலே பயனில்லை. அவ்வாறு நீ செய்வது இப்போது நான் கத்திய பாடல் போன்றதே. இறைவன் ஓடி விடுவான். இறைவனை வணங்கும் நேரத்தில் முழுமனதோடு இரு' என்றானாம் பாரதி.

உண்மையில் அதுவே சத்தியமான வார்த்தையுமாகும் என்பதை பாரதியின் வலிமைமிக்க வரிகள் இன்று ஒவ்வொன்றாக நிறைவேறி வரும் போது நமக்குத் தெரிய வருகிறது.

இறைவனை வணங்குவதற்கு மட்டுமல்ல. நமது வாயிலிருந்து வரும் ஒவ்வொரு வார்த்தையுமே மந்திரமாகும். சொல்வதெல்லாம் நடக்க வேண்டும் எனில் நல்ல மனதோடு நாமிருத்தல் அவசியமாகும். நம்முடைய ஒவ்வொரு சொல்லும் அடுத்தவருக்கு நம்பிக்கையையும் ஆறுதலையும் தர வேண்டும். நம்முடைய வாழ்க்கையும் பிறருடைய வாழ்க்கையிலும் நல்ல மாற்றத்தைத் தரும் சொற்கள் எல்லாமே மந்திரம் எனப்படும்.

நல்ல மாற்றத்தைத் தரும்
வார்த்தைகளே மந்திரங்கள்

- சதா பாரதி

76. மானம் போற்று

சுயமரியாதையோடு வாழ்பவர்கள் ஒருபோதும் சோர்ந்துபோவதில்லை. அவர்களுக்கு வெற்றியும் தோல்வியும் ஒரு நிகழ்வாகத்தான் கடந்து போகும். தன்னிலை தாழாமல் வாழ்தலே மானம் எனப்படும். மானம் போற்றப்பட வேண்டிய ஒன்றேயாகும்.

**நெஞ்சுபொறுக்குதில்லையே - இந்த
நிலைகெட்ட மனிதரை நினைத்து விட்டால்**

என்றே குமுறுவான் பாரதி. சாதாரணமான வாழ்க்கையை வெறுத்து தனக்கான ஒரு கம்பீர வாழ்க்கையை உருவாக்கிக் கொண்டவன். உலகமனைத்திற்கும் தன்னையே ராஜாவாக வடிவமைத்துக் கொண்டவன். எத்தனை வறுமை நிலையாக இருந்தாலும் அடுத்தவரை அண்டிப்பிழைக்கும் பிழைப்பினை செய்யாதவன். எட்டையபுர அரசவையில் சுகபோக வாழ்வை வாழ வேண்டிய சுப்பையா தன் நிலையறிந்த பின்னரே அதை தூக்கியெறிந்து வீதிகளில் இறங்கியவன்.

என்று மடியும் எங்கள் அடிமையின் மோகம்?

என்றே கோபம் கொப்பளிக்கக் கேட்டவன் பாரதி. அடிமையாக இருப்பதையே விருப்பத்தோடு

ஏற்பவர்களைப் பார்த்து சினம் கொண்டு சீறி எழுந்தவன். அனைவரும் சுதந்திரத்தோடும் உரிமையோடும் வாழ வேண்டுமென்பதில் எப்போதும் சமரசம் செய்துகொள்ளாமல் வாழ்ந்தவன்.

வயிரமுடைய நெஞ்சு வேணும் - இது
வாழும் முறைமையடி பாப்பா

என்றே குழந்தைகளிடமிருந்தே மான உணர்வைப் போற்றி வளர்த்தவன். எத்தனை இடர்பாடுகளைச் சந்தித்தாலும் இழிவான செயல்களை ஒருபோதும் செய்திடல் கூடாது என்பதை உறுதியோடு உரைத்தவன். உரைத்தபடியே வாழ்ந்தவன் என்பதே அவனது வாழ்க்கை சொல்லும் உண்மையாகும்.

மானம் அழிந்த பின்பு வாழ்தலில் பயனுமில்லை. அது வாழ்க்கையுமில்லை என்பதை உணர்வது அவசியமாகும். உயர்ந்த நிலையினை அடைவதற்கு ஒருபோதும் குறுக்கு வழிகள் கைகொடுப்பதில்லை என்பதை உணர்தல் அவசியமாகும். தன்மானம் நிரம்பிய மனநிலை பெற்றவர்களை அவமானம் ஒருபோதும் நெருங்கியதில்லை. அது நம்மை பாதிப்பதுமில்லை...

77. மிடிமையில் அழிந்திடேல்

மிடிமை என்றால் துன்பம், வறுமை என்றே பொருள் கூறுகிறது தமிழகராதி. துன்பத்தையும் வறுமையையும் வென்றவனே வாழ்க்கையில் மிகப்பெரிய உயரங்களை அடைய முடியும் என்பதே பல வரலாற்று நாயகர்களின் வாழ்க்கை சொல்லும் பாடமாகும். வறுமை என்பது துன்பங்களை பல வகையிலும் நமக்குத் தரும். ஆனால் எந்த சூழலிலும் நம்முடைய மனம் தளர்ந்து விடக்கூடாது என்பதையே பாரதி உரைக்கிறான்.

> மிடிமையும் அச்சமும் மேவி என் நெஞ்சில்
> குடிமை புகுந்தன
> கொன்றவை போக்கென்று
> நின்னைச் சரணடைந்தேன்

என்பான் பாரதி...

பாரதியைப் போல வறுமையைச் சந்தித்த கவிஞர்கள் யாரும் இருந்திட முடியாது என்பதே எனது மனம் உணர்ந்த பதிலாகும். வீட்டிற்குத் தேவையான மளிகைப் பொருள்கள் வாங்கக்கூட வசதியில்லாத வறுமையில் தனது மகளில் ஒருவரைக்

கூட தனது மனைவியின் அக்கா வீட்டில் வளரச் செய்த வறுமை வேறு யாருக்கு வந்திட இயலும். ஆனால் வறுமை அவ்வப்போது செல்லம்மாவின் சொற்களின் வழியாகவே பாரதிக்குத் தெரிய வந்தது என்றாலும் அவனுடைய மனம் எப்போதும் ஜதி பல்லக்கிலேதான் அமர்ந்திருந்தது எனலாம். அவனுடைய மனதிலே வறுமை பற்றிய எண்ணங்களும் அதைப் போக்க வழியில்லாமல் தவித்தபோதெல்லாம் அவன் கண்ணனையும் பராசக்தியையுமே சரணடைவான். அவன் வேண்டிய அடுத்த நாளே அத்தனையும் சரியாகிவிடும். அவனுடைய வரிகள் அவனுடைய வாழ்க்கைக்கு மட்டுமின்றி வறுமையால் வாடிய பலருக்கும் நம்பிக்கை தந்தது.

வறுமையும் துன்பமும் அவனை நிலைகுலையச் செய்யும் தருணங்களில்தான் அவனுடைய பாடல்களில் தீப்பொறி பறந்தது எனலாம். அவனுடைய மனைவி செல்லம்மாவின் அன்பும் சில நேரங்களில் செல்ல கண்டிப்புமே பாரதியை நம்பிக்கை கொண்டு வறுமையை விரட்டிய கவியாக்கியது என்றால் அது மிகையாகாது.

செல்வோம் என்பதிலிருந்து வந்ததே செல்வம் என்றும் சொல்வார்கள். நம்மிடமிருக்கும் செல்வமெல்லாம் எப்போதும் நம்மிடமிருக்கும் என்று சொல்லிட இயலாது. ஆனால் நம்பிக்கையும் நல்ல சிந்தனையும் கடின உழைப்புமிருந்தாலேப் போதும். வறுமை நம்மைவிட்டு விலகி ஓடும். வறுமையை விடக் கொடுமையானது வெறுமையான மனதாகும்.

நமது மனதினை திடப்படுத்திக் கொள்ளுங்கள்.
வறுமை நிரந்தரமில்லை.
நம்பிக்கையே நிரந்தரம்

- சதா பாரதி

78. மீளுமாறு உணர்ந்து கொள்

தனது பலவீனங்களை
அறிந்தவனே
பலமான மனிதராவார்

- சதா பாரதி

எதிலிருந்து நம்மால் மீள இயல முடிய வில்லையோ அதுவே நம்முடைய பலவீனமாகும். அதிலிருந்து கொஞ்சம் கொஞ்சமாக மீள்வதைக் கற்றுக் கொள்வது அவசியமாகிறது. நம்முடைய பெரிய வெற்றிகளும் சாதனைகளும் பெருமளவில் நம்முடைய பலவீனங்களால் பாதிக்கப்படுகின்றன. அவற்றிலிருந்து மீளுவதை உணர்தல் வேண்டும். பாரதி பல நேரங்களில் உணர்வுவயப்பட்ட குழந்தையாக இருப்பான். வறுமையோ அடக்குமுறையோ எவ்வித பாதிப்பும் அவனுக்கு ஏற்படுத்தவில்லை. அடிக்கடி அவனுக்கு பிடித்தமான செயல்களைச் செய்துவிட்டு அவற்றை மாற்றும் வழக்கத்தையும் வறுமையையும் பழகிக்கொண்டான்.

துன்பமினியில்லை சோர்வில்லை
தோற்புமில்லை

என்ற படியே வாழ்க்கையை வறுமையிலிருந்தும் ஏமாற்றத்திலிருந்தும் மீள்வதை அறிந்து கொண்டு அனைவருக்கும் அறிவித்தான். கடைசி காலகட்டத்தில் அவன் இளமையில் பயன்படுத்த தொடங்கிய சில போதை வஸ்துகள் அவருடைய உடலினை பாதிக்கத் தொடங்கிய நிலையில் அவற்றிலிருந்து மீள்வதற்கு யோக நிலையினைக் கையிலெடுக்க ஆரம்பித்தான். தன்னிலை அறிதல் என்ற வகையில் ஞானத்தைத் தேடிய சித்தராகவே தன்னை அடையாளப்படுத்திக் கொண்டு வாழ்ந்தவன். அவனுடைய மனதில் இருந்த உயர்ந்த எண்ணங்கள் ஒருபோதும் கீழான நிலைக்கு அவனை இழுத்ததில்லை என்பதே நிதர்சனம். துன்பங்களிலே நமக்கு ஆறுதல் தருபவர்கள் எப்போதும் நம்மோடு வருபவர்கள் இல்லை. நாம்தான் நமக்கான மனதினை திடப்படுத்திக் கொள்ளுதல் வேண்டும். எவ்விதத் துன்பமும் நம்மை பாதிக்காத வண்ணம் நம்முடைய மனதினை பழக்கப்படுத்தி அதைச் சரியான முறையில் கையாளத் தெரிந்தாலே நமது வாழ்வு வளமாகும்.

நம்முடைய பலவீனம் எது என்று உணர்ந்து அதிலிருந்து மீள்வதே சிறந்த வாழ்விற்கு அடித்தளமாக இருக்கும். சாதாரண சிறு தடங்கல்களை பொருட்படுத்தக் கூடாது. மிகப்பெரிய இழப்புகளை சந்தித்த பின்னரே மிகப்பெரிய உயரங்களை அடைந்தவர்களை வரலாறு தனது பக்கத்தில் எழுதி உள்ளது. எல்லாவற்றையும் கற்றுக்கொள்வதிலோ பழகுவதிலோ தவறு இல்லை. ஆனால் எதற்கும் நாம் அடிமையாகி விடக் கூடாது. நம்முடைய நிதானத்தை இழந்து விடக்கூடாது. வாழ்க்கை மிகப் பெரியது. ரசனை மிகுந்தது என்பதை உணர்ந்து கொண்டு வாழ முயற்சிக்க வேண்டும்

பவீனங்களை உணர்ந்து கொள்ளுங்கள்
நமது பலம் புலப்படும்

- சதா பாரதி

79. முனையிலே முகத்து நில்

விளிம்பிலே நின்றாலும் கூட மனம் வீழாத நிலையே வீரம் எனப்படும். நம்முடைய மனம் மிகக் கடுமையான சூழலிலும் சலனமின்றி இருக்கும்போது தான் வீரத்தின் உச்சநிலை எனலாம். அதுபோலவே தான் போர் முனையாக இருந்தாலும் அதை எதிர் கொள்ளும் தெளிவோடு முகம்மலர நிற்க வேண்டும் என்கிறான் பாரதி.

இச்சகத்துள்ளோரெல்லாம் எதிர்த்து
     நின்றபோதிலும்
அச்சமில்லை அச்சமில்லை
     அச்சமென்பதில்லையே

என்று முனையின் முகத்தில் நின்றே கர்ஜிக்கிறான். தவறுசெய்பவர்களைக் கண்டு புறமுதுகிட்டு ஓடி விடக்கூடாது. மனதிலே உறுதியோடும் நம்பிக்கை யோடும் அவர்களை எதிர்க்க வேண்டும். அவ்வாறு எதிர்க்கும்போது நாம் தீயவைகளை எதிர்க்கிறோம் என்ற எண்ணம் நமது அகத்திலும் முகத்திலும் தோன்ற வேண்டும். என் தந்தையர் நாடென்ற போதினிலே - புது சக்தி பிறக்குது மூச்சினிலே என்ற சக்தி பாரதியின் மூச்சினிலே கலந்திருந்தது எனலாம். திலகர் அறிவித்த

போராட்ட பேரணியைத் தடைகளையும் மீறி சென்னையில் நடத்திக் காட்டினான் பாரதி. ஒருபோதும் அவன் தலைவனாக இருந்ததில்லை. பல நேரங்களில் தானே முன்னிலையில் வெள்ளையர்களை அவனது மொழியிலே விரட்டிய ஆளாகவே நின்றிருந்தான். பாரத தேசம் எத்தனை மகத்தான தேசம் என்பதையும் நமது முன்னோர்கள் எத்தனை அழகிய இலக்கியங்களையும் கலாச்சாரத்தையும் காத்து நின்றனர் என்பதையும் உணர்ந்தவனாகவே இருந்தான். ஒவ்வொரு முறையும் மூட நம்பிக்கையும் வேதங்களால் அடிமை என்ற நிலை வந்த போதும் தயங்காமல் எதிர்த்து நின்றுபோராடியவன் பாரதி. நம்முடைய மனதில் சலனமின்றி எவ்வித சிக்கல்களையும் எதிர்கொள்ளும் பக்குவத்தை வளர்த்துக் கொள்ள வேண்டும். சில சாதாரண விஷயங்கள் நாம் பார்க்கும் கோணத்திலேயே பூதாகரமாக தெரிய ஆரம்பித்து விடும். நமக்கு வரும் பிரச்சினைகள் அனைத்துமே தீர்வுகளோடுதான் வரும். நாம் பல நேரங்களில் அவசரத்தாலும் பயத்தாலும் அவற்றை கவனிக்க மறந்து விடுகிறோம். மன உறுதியோடு நாம் எதிர்கொள்ளும் போதே பிரச்சினைகளும் சிக்கல்களும் தீர்ந்து விடும். புன்னகையோடு எதிர்கொள்ளுங்கள், வழி பிறக்கும்.

மன உறுதியோடு இருப்பவர்கள் ஒருபோதும் தயங்கி நிற்க மாட்டார்கள். தன்னுடைய நிலை அறிந்து வீரத்தையும் தனது கம்பீரத்தையும் உணர்த்தும் பொருட்டு முன்னணியில் நிற்பார்கள். யாராக இருந்தாலும் நாம் மிகச் சாதாரணமானவர்கள் என்ற எண்ணம் கொள்ளுதல் கூடாது. இவ்வுலகில் பிறந்த ஒவ்வொரு இந்த உலகை வசப்படுத்த முடியும் என்ற நமபிக்கையோடு கம்பீர முகம் காட்டுங்கள் .

முகம் காட்டி நில்லுங்கள்
அனைவரின் அகம் மலரும் படியாக ... *- சதா பாரதி*

80. மூப்பினுக்கு இடங்கொடேல்

முதுமை என்பது இயல்பானது. அதைவிட அனுபவங்களின் திரட்சியாக அழகானதாகும். ஆனால் அது ஒரு சுமையாக ஒருபோதும் இருந்திடல் கூடாது. நம்முடைய உடல் நிலையற்றது அதனுடைய மூப்பினை நம்மால் தடுத்திட இயலாது. ஆனால் நம்முடைய மனதை எப்போதும் இளமையோடு வைத்திருக்க இயலும். பழைய சிந்தனைகளைப் புதுப்பித்து நவீனங்களோடு இணைந்து பயணிக்க கற்றுக் கொள்வது அவசியமே ஆகும்.

> வயது முதிர்ந்து விடினும் - எந்தை
> வாலிபக் கலை என்றும் மாறுவதில்லை
> துயரில்லை மூப்புமில்லை என்றும்
> சோர்வில்லை நோயென்றும்
> தொடுவதில்லை

என்றே கண்ணன் என் தந்தை பாடலைத் தொடங்கி வைக்கிறான் பாரதி. இளமையிலேயே நம்முடைய மனதையும் உடலையும் சரியாக வைத்திருந்தால் நம்மை எப்போதும் மூப்பு நெருங்குவதில்லை என்பதே பாரதி உணர்ந்த உண்மையாகும். இமைப் பொழுதும் சோராதிருத்தல் என்பதை எப்போதும்

மனதிலே நினைத்தே வாழ்க்கையை வகுத்துக்கொண்டவன் பாரதி. அதனால் என்னவோ அவனை முதுமை நெருங்கவில்லையோ என்ற ஐயமும் தோன்றுகிறது.

மறைவாக நமக்குள்ளே பழங்கதைகள்
பேசிப்பயனில்லை

என்கிறான் பாரதி.

நம்முடைய பழைய எண்ணங்களையும் அவமானங்களையும் மனதில் சுமந்துகொண்டு இருக்கும்போதுதான் உடலும் தன்னுடைய அளவில் செயலிழக்க ஆரம்பித்துவிடும். மனதளவில் மகிழ்ச்சியோடு செயல்பட்ட பாரதியால்தான் என்றும் இளமையான வாழ்க்கை வாழ முடிந்தது. அவனுடைய சிந்தனைகள் நூற்றாண்டுகளைக் கடந்து இன்றளவும் நிற்கிறது என்பதே அவனுடைய இளமையான சிந்தனைக்கு எடுத்துக்காட்டாகும். அவனுடைய இறுதிகாலகட்டத்தில் உடலையும் மனதையும் பக்குவப்படுத்தும் யோக கலையின் மீது ஆர்வம் திரும்பியது.

நல்லதோர் வீணைசெய்தே - அதை
நலங்கெட புழுதியில் எறிவதுண்டோ?

என்ற கேள்வியே அவன் உடலினையும் உள்ளத்தையும் இளமையோடு வைத்திருக்கும் சிந்தனையின் வெளிப்பாடே ஆகும். முதுமை நல்லதே. ஆனால் எப்போதும் முதிர்ச்சி அடைந்த சிந்தனைகளோடு அலைவது தவறானதாகும். தன்னுடைய உடலையும் உள்ளத்திலும் மூப்பு நுழைந்து விடக்கூடாது என்பதிலே உறுதியோடு இருந்தவனே பாரதி.

நமது குழந்தை வளர்ப்பு என்பது அற்புதமானது. நம்முடைய குழந்தைகளின் மழலைத்தன்மையை ரசிக்காமல் அடுத்த நிமிடமே அவர்கள் கலெக்டர் ஆகி விட வேண்டும் என்ற பேரார்வத்தோடு(?) அவர்களைக் குழந்தைத் தன்மையற்ற மலட்டுக் குழந்தைகளாக வளர்த்து விடுகிறோம். மூப்பினை தவிர்க்க இயலாது. ஆனால் இளமையைக் கொண்டாடி மகிழும் போதே மூப்பு நம்மை நெருங்காது. நம்முடைய மூத்தவர்களை நாம் குழந்தைகளாகவே அணுகுவோம் அங்குமே மூப்பு நமக்கு சுமையாக இருக்காது... மூப்பு என்ற உணர்வும் அவர்களுக்கு வராது.

81. மெல்லத் தெரிந்து சொல்

நவீன உலகில் தகவல் தொடர்பின் உச்சமாக இருப்பதால் தகவல்களைப் பரப்புவதில் அனைவருமே மிக அதிக அளவிலே ஆர்வம் கொண்டிருப்பது பாராட்டுதலுக்குரியதே. தகவல்களை பரப்புவதில் உள்ள ஆர்வம் அது. உண்மையான தகவலா என்பதை அறிந்த பின்னர் அனுப்பும் ஆர்வமும் வேண்டும் என்பதை உணர்ந்து கொள்ள வேண்டும்.

பாரதிக்கு அனைத்தையும் அறிந்து கொள்ளும் ஆர்வமுண்டு என்றாலும் அவ்வளவு எளிதாக எதையும் உடனடியாக நம்பிவிடுவதில்லை. காரணம், அவனது வாழ்க்கை பெரும்பாலும் பரங்கியரின் கண்காணிப்பிலே கழிந்தது என்றால் அதுவே உண்மையாக இருந்தது.

உடன் பிறந்தவர்களைப் போல - இவ்வுலகில் மனிதரெல்லாம்
திடங்கொண்டவர் மெலிந்தோரை - இங்கு தின்று பிழைத்திடலாமோ?

என்றே கேள்வி எழுப்புகிறான். தன்னிலை அறியாத மனிதர்களிடம் தெளிவான செய்திகளைக் கொண்டு செல்லாமல் அவசரப்பட்டு கூறிய செய்திகளால்

ஆங்கிலேயர்களின் சித்ரவதைக்கு ஆளானவர்களைப் பார்த்து கலங்கி நின்றான். தன்னைத் தொடர்ந்து வந்து கண்காணித்த உளவுப் படையினரின் உளவு வேலைகளை அவர்களுக்கே தெரியாமல் சுதேச வீரர்களுக்கு தகவல் அனுப்பிய பெருமிதத்திற்கு சொந்தக்காரனாக விளங்கியவன். பல்வேறு தேச பக்தர்களுக்குப் புகலிடமாக விளங்கியவன். கார்ட்டூன் என்ற வகையில் கேலிச்சித்திரம் வரைந்து அந்நியரின் கோமாளித்தனங்களை அப்பட்டமாக பட்டியலிட்டான். தகவல் தொடர்பு அதிகமில்லாத காலகட்டத்தில் வடநாட்டு சுதந்திரப் போராட்ட செய்திகளை மட்டுமின்றி உலக அளவிலான செய்திகளையும் அறிந்து கொண்டு அதை தன்னுடைய கவிதைகளிலும் கட்டுரைகளிலும் பயன்படுத்த தொடங்கியவன் பாரதி. நம்முடைய சொற்களில் எப்போதும் உண்மையும் நம்பிக்கையும் இருத்தல் அவசியமாகும். நாம் படித்ததையோ கேள்விப்பட்டதையோ அதன் உண்மைத் தன்மையை ஆராயாமல் அதை அப்படியே ஏற்றுக் கொள்வதும் அதை பகிர்ந்து கொள்வதும் மிகப்பெரிய தவறானதாகும். உண்மையில் தகவல்களைப் பரப்புவதற்கு முன் அது உறுதியான தகவலா என்பதை அறிந்தும் அதை பரப்புவதில் ஏதும் நன்மை விளையுமா, தேவையில்லாத குழப்பத்தை உண்டு பண்ணுமா என்பதை நாம் உணரவேண்டும்.

இன்றைய ஊடக உலகம் குறித்து அன்றே கணித்து இருப்பானோ பாரதி என்றே எண்ணத் தோணுகிறது இந்த வரிகளால். நமக்கு தெரிந்த செய்திகளை ஆராயாமல் முதலில் சொல்லவேண்டும் என்ற அவசரத்தில் சொல்லக் கூடாது என்றே வலியுறுத்துகிறான். பலமுறை ஆராய்ந்து உறுதி செய்தபின்னர் அதன் விளைவுகளை அறிந்த பின்னரே சொல்ல வேண்டும். சில நேரங்களில் சில செய்திகள் தெரிந்திருந்தாலும் சூழல் வாய்க்கும்போதே சொல்ல வேண்டும்

தெரிந்து சொல்லுங்கள்
தெளிந்த பின் சொல்லுங்கள்

- *சதா பாரதி*

82. மேழி போற்று

மேழி என்ற சொல்லைப் போலவே அதற்கான பொருளும் அழிந்து வருவது வேதனைக்குரிய செய்தியே ஆகும். மேழி என்ற சொல்லுக்கு விவசாயம் என்றே பொருள். அந்த விவசாயத்தைக் காக்க வேண்டும். உலகின் உணவுப்பஞ்சத்தை தீர்க்கும் விவசாயிகளைப் போற்றி வணங்க வேண்டும் என்பதே இதன் பொருளாகும்.

உழவுக்கும் தொழிலுக்கும் வந்தனை
 செய்வோம் - வீணில்
உண்டு களித்திருப்போரை நிந்தனை
 செய்வோம்

என்பான் பாரதி.

அவனுடைய பாடல் வரிகளிலே பலமுறை உணவு குறித்த பாடல்கள் அவனது வறுமையின் உளவியலாகவே எடுத்துக் கொள்ளலாம். அவனுடைய ஆசையே பசியில்லாத ஒரு அழகிய உலகம் அமைக்கப் பட வேண்டும் என்பதிலே இருந்தது எனலாம்.

வண்டி இழுக்கும் நல்ல குதிரை - நெல்லு
வயலில் உழுதுவரும் மாடு

அண்டி பிழைக்கும் நம்மை ஆடு - இவை
ஆதரிக்க வேணுமடி பாப்பா

என்பான் பாரதி.

உலகின் உணவுப்பஞ்சத்தைத் தீர்ப்பதற்கு ஒரே வழி விவசாயத்தையும் விவசாயிகளையும் பாதுகாப்பதே என்பதை முழுமையாக நம்பினான். விவசாயிகளின் தோழர்களான கால்நடைகள் மீதும் அன்பு செலுத்த வேண்டும் என்ற எண்ணத்தை விதைத்தான்.

அக்ரஹாரத்திலிருந்து விரட்டப்பட்ட போதெல்லாம் விவசாயிகளே அவனுடைய பசியாற்றினர் என்றால் அது மிகையாகாத ஒன்று. வறுமையின் காரணமாக பரிதவிக்கும் ஏழைகளைக் காணும் போதெல்லாம் அவனது பேனாவில் ரத்தமே கசிந்தது. இதற்கு தீர்வுதான் என்ன என்பதை யோசித்தே

வங்கத்து ஓடிவரும் நீரின் மிகையால்
மையத்து நாடுகளில் பயிர் செய்குவோம்

என்று பரவசம் கொண்டு பாடினான். நூறு ஆண்டுகளுக்கு முன்பே விவசாயம் செழிக்க அவன் கூறிய நதிநீர்த் திட்டத்தை செயலாற்றவே இன்றளவும் போராடி வருகிறோம் என்பதே நிதர்சனமான உண்மையாகும். பஞ்சம் வந்து தவித்த போதெல்லாம் இவனது வயிறு வறுமைத்தீயை விரட்ட என்ன செய்யலாம் என்பதைப் பற்றியே யோசித்ததாலே ஒட்டிய வயிறோடே இறந்து போனவன். அவனுடைய ஆசையெல்லாம் உலகிற்கே உணவளித்து அதன் பின்னர் உணர்வூட்டுவது என்ற வகையிலேதான் இருந்தது. அதனாலே அவனுடைய பார்வை உலகத்தொழில்களிலே தலையாய தொழிலான விவசாயத்தைப் போற்ற வேண்டும் என்ற வகையில் இருந்தது.

நாம் உண்ணும் ஒவ்வொரு பருக்கையிலும் நமது பெயர் பொறிக்கப்பட்டிருக்கும் என்பதைப் போலவே நமது பருக்கையிலும் அதனை விளைவித்த விவசாயிகளின் பெயரும் பதிக்கப்பட்டிருக்கலாம். உலகின் பசிதீர்க்க பயன்படும் விவசாயிகள் வாழ வழியின்றி தற்கொலை செய்துகொள்ளுவது வேதனைக்குரிய விஷயமே ஆகும். உண்மையில் நவீனங்களோடு இருக்கும் நாம் நாகரிகம் என்ற போர்வையில் விவசாயத்தை கவனிக்கவோ போற்றவோ மறந்து வருகிறோம். இப்படி பட்ட சூழலில் மீண்டும் விவசாயத்தை போற்றச் சொன்ன பாரதியை வணங்குகிறேன்.

83. மெய்ம்புறத் தவம் செய்

அதனிலை கண்டார் அல்லலை அகற்றினார்
அதனருள் வாழ்த்தி அமரவாழ்வு எய்துவோம்

புதிய ஆத்திச்சூடியின் வாழ்த்துப்பாடலில் பாரதியின் வரிகளே இவை. இறைத்தன்மை உணர வேண்டியது என்பதை தன்னுடைய தவ வாழ்க்கையின் மூலமாக அறிந்து கொண்டவன். தவத்திலே அவனுக்கு கடைசி காலகட்டத்தில் ஈடுபாடு அதிகமானது என்பதை ஏற்கனவே கூறியிருந்தேன். சித்தானந்த சாமி என்று அழைக்கப்பட்ட குள்ளச்சாமியை சந்தித்த பின்னரே அவருடைய வாழ்விலே யோகநிலை புகுந்தது எனலாம். மரணமில்லாப் பெருவாழ்வு குறித்த ஆராய்ச்சியில் இறங்கினான். வெறும் கண்களால் சூரியனையே வெறித்துப் பார்க்கத் தொடங்கினான். அவனுடைய இலட்சியங்களை எட்டிவிட்டதாகவே ஆனந்த களிப்போடு ஆடவும் பாடவும் செய்தான்.

உடலும் மனதும் வலுப்பெற வேண்டுமெனில் நித்தமும் தவம் செய்தல் அவசியமாகும். நம்முடைய எண்ணங்களை வலுப்படுத்தும் வகையில் அடைய வேண்டிய லட்சியங்களை காட்சிப்படுத்தியபடியே அதைநோக்கிய தவமே நம்மை வலுப்பெறச்

செய்கிறது எனலாம். இலட்சியங்களை அடைவது என்பதை விட அடைந்துவிட்டதாகவே நினைத்துக் கொண்டு செயலாற்றுவதே தவம் செய்வதற்கான நோக்கமாகும்.

தவத்தினை நிதம்புரி என்ற வாசகம் கூறிய இதே புதிய ஆத்திசூடியிலேயே 'மொய்ம்புறத் தவஞ்செய்' என்ற வரிகளால் மீண்டும் தவத்தின் வலிமையினை உணர்த்துகிறான். மொய்ம்பு என்றால் வலிமை, தோள்கள் என்று பொருள் படும். நமது தோள்களும் உடலும் மனமும் வலிமையடைய தவமே சிறந்த நிலையாகும் என்கிறான் பாரதி.

காண்பதெல்லாம்மறையுமென்றால்
மறைந்தெல்லாம் காண்பமென்றோ

என்ற நிலை அவனுக்கு எளிதில் வாய்த்தது. சித்தர்களின் வரிசையில் வைத்து போற்றக்கூடியவனாக பாரதி மலர்ந்ததிற்கான காரணம் அவனுக்கு இயற்கையின் மீதான காதலும் யோகநிலை மீதான காதலுமே என்றிடலாம்.

தின்னவரும் புலியினையும் அன்போடு
சிந்தையிற் போற்றிடுவாய்

என்ற வரிகள் அவனுடைய ஞான நிலைக்கு சாட்சியாக கூறலாம். மனம் அவனுக்கு வசப்பட்டது என்றால் அதற்கு அவனுடைய தவநிலையே காரணம் எனலாம். அவனுடைய இறுதிக்காலங்களில் மௌன விரதம் அதிகமாக கடைப்பிடித்துள்ளான். அதிக பட்சமாக 40 நாட்கள் வரை மௌன விரதம் இருந்திருக்கிறான் என்பதை நம்மால் நினைத்து பார்க்க கூட இயலவில்லை. இதுவே அவனுடைய தவத்தின் வலிமை என்றே கூறலாம்.

வலிமையுடைய உடலைப் பெற வேண்டுமெனில் மன வலிமை அவசியமாகும். மனமும் உடலும் ஒருசேர வலிமையடைய வேண்டுமென்றால் நாம் அவ்வப்போது தவத்தினை கைக்கொள்ளுதல் அவசியமாகும். பரபரப்பான சூழலில் அதெற்கெல்லாம் நேரமில்லை என்ற பொய்ச்சாக்கு சொல்லி ஓடிக் கொண்டிருப்பதில் பயனேதுமில்லை. நம்முடையே அகவலிமைக்கும் நேரம் ஒதுக்குதல் அவசியமாகும். செய்யும் வேலையினை சிறப்பாக செய்வதுமே தவநிலையாகும்.

84. மோனம் போற்று

மௌனத்தின் ஒடுங்கிய நிலையே மோனம் எனப்படும். மோனத்தில் இருப்பது என்பது நம்முடைய வலிமையை அதிகப்படுத்தும் என்பதால் மோனத்தை கடைப்பிடித்தல் நலமானதாகும். மாதம் ஒரு முறையேனும் மௌனவிரதம் இருப்பது சாலச்சுகம் என்பது அதை உணர்ந்தவர்களுக்கே புரியும். அதைவிட சில இடங்களில் ஏதும் பேசாமல் மௌனத்தோடு கடந்து விடுவதும் நல்லதே ஆகும்.

மோனத்திருக்கும் முழுவெண் மேனியான்

என்ற படி சிவனை அறிமுகம் செய்கிறான் பாரதி. கடவுள்களில் தீயவற்றை அழிக்கும் கடவுளாக சிவனைப் பார்ப்பதற்கு காரணமே அவனுடைய மோன நிலையே ஆகும் என்கிறான். நம்முடைய அத்தனை சக்திகளும் மிக அதிகமாக வெளியேறுவது நம்முடைய வாயின் வழியே ஆகும். நம்முடைய பேச்சின் வழியாகவே அதிக சக்தி வெளியேறுகிறது என்பது என்னைப்போன்ற பேச்சாளர்களுக்கும் நிறைய பேசுபவர்களுக்கும் தெரிய வருகிறது. பாரதியின் கம்பீரமும் பேச்சுமே அவனுடைய சக்தியை அதிகமாக வெளிப்படுத்த காரணமாக

இருந்தது என்றால் அது மிகையாகாது. அதனாலேயே கடைசி காலகட்டத்தில் அவன் மௌனத்தை கடைப்பிடித்து ஞான நிலைநோக்கி பயணப்பட்டான் என்பதும் எல்லோரும் அறிந்ததாகும்.

சொல்புதிது பொருள் புதிது

என்ற புதிய சொல்லாட்சியை பயன்படுத்திய பாரதிக்கே மௌனத்தை பற்றிய ரகசியங்களும் தெரிய வந்திருக்கிறது. தன்னுடைய ஆளுமையை வெளிப்படுத்தும் அற்புத தருணம் மோனத்திலும் உண்டு என்பதை உலகிற்கே உரைத்தவன் பாரதி. அவனுடைய மௌனத்திற்கு பிறகு அவன் எழுதிய எழுத்துக்களே ஞானப்பாடல்களாக நமக்கு கிடைத்தன என்பதே அவனது வாழ்க்கை சொல்லும் ரகசியமாகும்.

ஒவ்வொரு முறையும் நமக்கான தேடல்களை அகம் நோக்கி பார்க்கும் போதே நாம் மோனத்தில் தோய்கிறோம். அந்த தேடல்கள் தான் நம்முடைய ஆன்மாவை வலுப்படுத்தும். நல்ல நெறியோடு வாழ வேண்டும் எனில் நம்முடைய மனம் ஒருமுகப்படுத்தப்பட்ட நிலையில் இருத்தல் அவசியமாகும். அந்த நிலையே நம்முடைய உயர்வான வாழ்க்கைக்குத் தொடக்கமாக அமையும்.

எல்லா மௌனங்களும்
சம்மதங்கள் இல்லை   - சதா பாரதி

வாய் மௌனித்து இருப்பதெல்லாம் மௌனம் என்று சொல்லிட இயலாது. மனதிற்குள்ளே அத்தனை போராட்டம் நடத்திக் கொண்டுதான் இருப்போம். உண்மையில் நமது மௌனம் பலரையும் பேசவைக்க வேண்டும். வார்த்தைகளுக்கு இல்லாத மரியாதை சில நேரங்களில் மௌனத்திற்கு உண்டு என்பதை அறிந்தே மகாத்மாவும் பாரதியும் நன்கு தன்னை உணர்ந்த பின்னர் மோன நிலையில் இருந்துள்ளனர் என்பது விளங்கும்.

மௌனம் போற்றுவோம்
மௌனமாய் போற்றுவோம்

85. மௌட்டியந் தனைக் கொல்

உலகின் மிகப்பெரிய நோயே அறியாமை எனப்படும். மௌட்டியம் என்பதற்கு அறியாமை என்று பொருள். ஒவ்வொரு நிலையிலும் நம்மை நாம் மேம்படுத்திக் கொள்ள வேண்டுமெனில் நமக்குள் இருக்கும் அறியாமையை கொல்லுதல் அவசியமாகும்.

**கஞ்சிகுடிப்பதற்கு வழியுமிலார் - அதன்
காரணங்கள் யாவையென்றும் அறிவுமிலார்
நித்தமும்பஞ்சமோ பஞ்சமென்று
பரிதவித்து உயிர் துடிதுடித்துச் சாகின்றாரே**

என்ற நம்முடைய தேச மக்களின் அறியாமையை நினைத்து மனம் வேதனைப்பட்டு நெஞ்சம் பொறுக்காமல் பதறியவன். தேவையற்ற சடங்குகளின் பெயரால் மக்களிடையே மூடநம்பிக்கை பரப்புவர்களை அதிகமாகவே சாடினான்.

**துன்பங்கள் யாவும் போகும் - வெறும்
சூதுப்பிரிவுகள் போனால்**

என்ற வகையிலே மக்களிடையே அறியாமையை பரப்பி அவர்களைப் பிரித்து வைத்த சாதி, மதங்களை

எதிர்த்து சமூக நல்லிணக்கத்தை விரும்பியவன் என்பதை புதிய ஆத்திசூடியின் வாழ்த்துப்பாடலில் மூலமாகவே அறிய முடிகிறது. நமக்குள்ளே இருக்கும் நல்ல குணங்களை போற்றினாலே போதும் என்பதை வலியுறுத்தினான்.

சிறியரை மேம்படச் செய்தால் - பின்பு
தெய்வம் நம்மை வாழ்த்தும்

என்ற வகையிலேதான் தெய்வத்தை அறிமுகம் செய்தவன். சக மனித நேசிப்பின் மூலமாகவே அறியாமையை அகற்ற முடியும் என்பதை தன் வாழ்நாள் முழுவதும் நம்பியவன். தன்னுடைய ஒவ்வொரு பாடலிலும் அனைத்து சமயங்களில் இருக்கும் நல்லவற்றை போற்றியவன் பாரதி.

பெண்ணடிமை என்ற பிணிக்கு எதிராக போர்க்குரல் எழுப்பியவன் பாரதி. பெண்கள் மூலமாகவே நாட்டு விடுதலை சாத்தியம் என்பதை நிவேதிதா அம்மையாரின் தரிசனம் முதல் தெரிந்து கொண்டவன், அறியாமையால் பெண்களுக்கு இழைக்கப்படும் தீமைகளைச் சாடியவன், பாஞ்சாலி சபதத்தை ஆக்ரோஷமாக எழுதியவன்.

வலிமை சேர்ப்பது தாய்முலைப் பாலடா
மானம் சேர்க்கும் மனைவியின் வார்த்தைகள்
கலியழிப்பது பெண்களறமடா

என்றே தோள் தட்டி ஆடியவன் பாரதி. அறியாமையால் அகப்பட்ட பெண்களின் அகம்கண்டு போற்றியவன். அறியாமையை அகற்ற அரும்பாடுபட்டவன் பாரதி.

அறியாமை இருள் அகலும் போதுதான் உலகம் அழகாய்த் தெரிய ஆரம்பிக்கும். மனிதர்களை நேசிக்க மனம் விரும்ப ஆரம்பிக்கும். சடங்குகளும் மதங்களும் மனிதர்களை பண்படுத்தவே அன்றி பாழ்படுத்துவதற்கு ஒருபோதும் அனுமதிக்க விடக்கூடாது. அவ்வாறு செய்பவர்களை அடையாளம் கண்டு சிந்துத்து விலக்க வேண்டும்.

அறியாமை விரட்டுவோம்.

86. யவனர் போல் முயற்சி கொள்

உறுதி கொண்ட நெஞ்சினாய் வா வா வா

என்ற படியே வருகின்ற பாரதத்தை அழைக்கும் போதே நமக்கு தெரிந்துவிடுகிறது. மனவலிமையும் உடல்வலிமையுமுடைய இந்தியர்களை விரும்பினான் பாரதி. போர்த்திறமும் கடல்தாண்டிய நுட்பமும் உடைய யவனர்களை போல முயற்சி செய்து வாழ விரும்பவேண்டும் என்றான் பாரதி. யாரிடமும் இல்லாத புலிப்படையும் யவனர்கள் கொண்டிருந்ததாக சொல்கிறார்கள். அப்படிப்பட்ட வீரம் செறிந்தவர்களாக மாற நம்மவர்கள் முயற்சி செய்ய வேண்டும் என்றே விரும்பினான்.

கடல்கடந்த வணிகம் செய்து வலிமையான உடல் அமைப்பினையும் புலிப்படையும் கொண்ட கிரேக்கர்களும் ரோமானியர்களுமே யவனர்கள் என்று அழைக்கப்படுகிறார்கள். வணிகர்கள் அளவுகடந்த ஆற்றலையும் முயற்சியினையும் சிறந்த வணிக நுட்பங்களையும் தெரிந்திருந்தனர். அவர்களைப் போலவே வாழ முயற்சி செய்ய சொன்னான் பாரதி.

தீரத்திலே படை வீரத்திலே நெஞ்சின்
சாரத்திலே மிகுசாத்திரம் கண்டு
தருவதிலே உயர்நாடு

என்பான் பாரதி.

படைநடத்தி வெற்றிபெற்ற வரலாறுகள் பலவற்றையும் பார்த்தது நமது பாரத நாடு. அந்த வீரமும் ஈரமும் இடைக்காலத்தில் இல்லாமல் போனதாலேதான் நாம் அடிமைப்பட வேண்டியதாயிற்று. அந்த அடிமைத்தனம் தகர்த்தெறியப்பட வேண்டுமெனில் படைகளால் பலரையும் அச்சுறுத்தி வணிகம் சார்ந்த விடயங்களில் யவனர்களை போல இருக்க வேண்டுமென ஆசைப்பட்டான் பாரதி.

சீறுவோர்ச் சீறு என்றே ரௌத்திரம் பழகச் சொன்னவன் பாரதி. ஒவ்வொரு நடவடிக்கையில் முழு ஈடுபாடோடும் தகுதிகளை வளர்த்துக் கொண்டு செயலாற்ற வேண்டும் என்பதில் அதீத ஆர்வம் கொண்டு செயலாற்றியவன். யவனர்களைப் பார்த்தே விடாமுயற்சி, வணிக நுட்பங்கள், படகு செலுத்துதல் ஆகியவற்றை கற்க வேண்டும் என விரும்பியவன் பாரதி.

ஒருவரைப்போல நாம் வாழ்ந்திட இயலாது. ஆனால் ஒருவருடைய வெற்றிக்கான சூத்திரங்களை அறிந்து கொண்டு அதன் மூலமாக நாம் நம்மை மேம்படுத்த முயற்சி செய்யலாம். நம்முடைய ஒவ்வொரு நடவடிக்கையிலும் சலிப்படையாத வண்ணம் செய்தல் அவசியமாகிறது. நல்ல வாழ்க்கை என்பது அவரவர் கரங்களில் இருக்கிறது. அதை ரசனையோடு அணுகும்போதே மிகச்சிறந்த முறையில் வாழ்க்கை அமைந்துவிடுகிறது.

87. யாவரையும் மதித்து வாழ்

எல்லோரும்ஓர்குலம்
எல்லோரும்ஓர்நிறை
எல்லோரும் இந்நாட்டு மன்னர்கள்

என்பான் பாரதி.

    இங்கே இருக்கும் நம்மிடையே ஏற்றத்தாழ்வுகள் இருக்கக் கூடாது என்பதற்காகவே சாதி, மதங்களின் பெயரால் தீண்டாமை கூடாது என்பதை வலியுறுத்தி நின்றவன். எல்லாவற்றையும் அதிசயமாகவே பார்த்து மகிழ்ந்தவன் என்பதால் அவனுக்கு மண்பாண்டம் செய்வதை கற்றுக்கொள்ளவும் பிடித்தது மன்னரோடு உலவுவதும் பிடித்திருந்தது. அத்தனை பேரையும் சமமாகவே பார்த்தான்.

    இந்த உலகம் அழகாகவும் மகிழ்ச்சியாகவும் இயங்க வேண்டும் என்றால் சகமனித நேசிப்பு என்பது அவசியமாகிறது. பணம் என்பதை மட்டுமே அடிப்படையாக வைத்து இயங்கும் உலகில் போலித் தனங்களே நிறைந்திருக்கும். மதிப்பு மிக்க மனிதர்களாக நாம் வலம் வர வேண்டும் என்றால் நாம் எளிய மனிதர்களையும் மதித்து வாழ்தல் வேண்டும்.

ஏழையென்றும் அடிமைஎன்றும்
எவருமில்லை சாதியில்
இழிவுகொண்டமனிதரென்பவர்
இந்தியாவில் இல்லையே

என்ற முழக்கத்தை மையமிட்டே அனைவரையும் அரவணைத்தான். எங்கிருந்து மாற்றத்தை தொடங்கவேண்டும் என்பதை உணர்ந்தவன் தன்னிடமிருந்து மாற்றங்களை ஆரம்பித்தான். இந்திய தேசத்தில் நமக்குள்ளே ஒருவரையொருவர் அடிமைபடுத்தி வாழ்தல் இழிவானது என்றான். கனகலிங்கத்தையும் குவளைக் கண்ணனாரையும் பாரதிதாசனையும் தனது மனத்தட்டிலே ஒரே நிறையாக வைத்து மதித்தவன். புதுவையில் பிர்கா வண்டி ஓட்டியவர்களே அவனுடைய பாடல்களின் முதல் ரசிகர்களாக விளங்கினர். அவர்கள் அத்தனை பேரையும் தன்னுடைய பொக்கிஷங்களாக பார்த்தவன் பாரதி.

நமக்கு கீழே உள்ளவர்கள் அத்தனைபேரையும் மேம்படுத்த வேண்டும். பொருளாதாரத்திலும் மனதளவிலும் தாழ்நிலையில் உள்ளவர்களை புறக்கணித்துவிட்டு சமூகத்தை மேம்படுத்த இயலாது என்பதை உணர்ந்து கொண்டவன்.

மதிப்புமிக்க மனிதர்களாக நாம் உலவ வேண்டும் என்பதே அனைவருடைய அடிப்படை கோட்பாடாகவே இருந்து வருகிறது. சகமனித நேசிப்பு என்பதை மனதிலே உறுதியாக மாற்றினோம் என்றால் அதுவே நம்மை மேம்படச் செய்யும். நம்மை சார்ந்தவர்களையும் மேம்படுத்த வேண்டும் என்றால் அவரோடு இணங்கியிருந்து அவருடைய குற்றங்களை களைந்து அவர்களையும் சமூகத்தில் மேம்படச் செய்வதில்தான் நம்முடைய ஆளுமை அடங்கியிருக்கிறது.

88. யௌவனம் காத்தல் செய்

தழல் வீரத்தில் குஞ்சென்றும்
மூப்பென்றும் உண்டோ?

என்பான் பாரதி.

நம்முடைய இளமை நெருப்பை போன்றது. யௌவனம் என்றால் இளமை என்று பொருள். இளமையிலேயே நாம் சரியான முறையில் நெறி பிறழாமல் ஒழுக்கத்தோடு நடை போட ஆரம்பித்தால் தான் வாழ்க்கை வரமாக வந்தமையும். தவறான பழக்கத்திற்கு அடிமையாகும் இளைஞர்களால் நல்ல சமூகத்தையும் குடும்பத்தையும் கட்டமைக்க இயலாது...

'நாற்பது வயதிலே தலையிலே நரை விழுந்து விடும் என்பதாலேயே பாரதி முப்பத்து ஒன்பது வயதிலேயே இறந்து போனான். தலையிலும் வெள்ளையையும் முதுமையையும் அனுமதிக்காதவன் பாரதி' - என்று எங்கோ படித்த வரிகள் ஞாபகம் வருகிறது. இளமையில் நாம் செய்யும் செயல்களும் கடை பிடிக்கும் ஒழுக்கங்களுமே நம்முடைய வாழ்க்கையை வழிநடத்தும் என்பதிலே அவனுக்கு நம்பிக்கை நிறைந்த காரணத்தினாலேதான் அத்தனை அறிவுரை களையும் பாப்பா பாட்டிலேயே பாடிவைத்தான்.

பொய்சொல்லக் கூடாது பாப்பா - நீ
புறஞ்சொல்லலாகாது பாப்பா

என்ற படி புற விஷயங்களைப் பேசிய பாரதி நம்முடைய உடம்பினையும் மனதினையும் திடமாக வைத்திருக்கும் கலையினை கற்றுக் கொள்ள வேண்டுமென்று விரும்பினான். எத்தனை கலைகளை இளமையிலேயே கற்றுக் கொள்ள முடியுமோ அத்தனையும் கற்றுக் கொள்ள வேண்டுமென விரும்பி கற்றுக் கொள்ள ஆரம்பித்தான். 7 மொழிகளை பேசவும் எழுதவும் தெரிந்திருந்தான் என்றால் அவனுடைய இளமையின் வேகத்தை என்னவென்று சொல்வது...?

நின்னைச் சிலவரங்கள் கேட்பேன் - அவை
நேரே இன்றெனக்குத் தருவாய் - எந்தன்
முன்னைத் தீயவினைப் பயன்கள் - இன்னும்
மூளா தழிந்திடல் வேண்டும் - இனி
என்னைப் புதிய உயிராக்கி - எனக்கேதும்
கவலையறச் செய்து - மதி
தன்னை மிகத் தெளிவு செய்து - என்றும்
சந்தோஷம் கொண்டிருக்கச் செய்வாய்

என்ற கேள்வி எழுப்பி இளமை என்பது நிலையில்லாத ஒன்று என்ற புலம்பல்களையெல்லாம் விட்டு விட்டு இளமையைக் கொண்டாட சொல்கிறேன். நம்முடைய மனதிலே இளமையிலேயே புகும் எண்ணங்களும் சொற்களுமே வாழ்நாள் முழுவதும் தொடர்ந்து வரும் என்பதால் இளமையை காத்தல் அவசியம் என்கிறான் பாரதி. தன்னை உணர்ந்து செயல்படும் இளமை ஒருபோதும் தவறான வழியில் செல்லாது என்பதை முழுமையாக நம்பியவன் பாரதி.

இளமை என்பது கொண்டாட்டத்திற்குரியதாகும். அந்த கொண்டாட்டம் வாழ்நாள் முழுவதும் நீடித்திருக்க வேண்டுமெனில் அதை சரியான முறையில் நெறிநின்று பயன்படுத்த தெரிந்திருக்க வேண்டும். ஒழுக்கம் தவறிய நிலையில் செல்வது இளமைக்கு அழகல்ல. அது உங்கள் முதுமையையும் பாதிக்கும்.

89. ரஸத்திலே தேர்ச்சி கொள்

ரசனை என்பதே ரஸமாகிப்போனது எனலாம். நம்முடைய உடலின் மெய்ப்பாடுகளை தொல்காப்பியர் எட்டு வகையாக பட்டியலிடுவார். வடமொழியில் கூறப்பட்ட சாந்தம் என்ற ஒரு நிலையையும் சேர்த்தே நவரசம் என்று கூறுகிறோம். நம்முடைய உணர்வுகளை எப்போது எங்கே எந்த அளவிலே வெளிப்படுத்த வேண்டுமோ அந்த அளவிலே வெளிப்படுத்தும் இயல்பானவர்களே வாழ்வில் மகிழ்ச்சி நிறைந்தவர் களாக வலம் வருகின்றனர்.

தீ இனிது காற்று இனிது
மழை இனிது இடி இனிது
மின்னல் இனிது
வானத்து சுடர்கள் எல்லாம் இனிது

என்பான் பாரதி.

வாழ்வையே கொண்டாட்டமாக வாழ்ந்தவன். அவனுடைய இசையின் ஆர்வமே அவனுடைய பாடல்களை எந்த பண்ணிலே பாடவேண்டும் என்ற குறிப்போடு எழுதியிருப்பான். கோபம் வரும்போது உக்கிரமாவான். குழந்தைகளைக்கண்டவுடன்

கொண்டாட ஆரம்பித்திடுவான். பிறருக்கு துன்பம் நேருகையில் அவன் கண்ணீர் வடித்து தனது கவிதைகளில் இரத்தம் வழிய எழுத ஆரம்பிப்பான்.

காணிநிலம் வேண்டும் பராசக்தி

என்ற வேண்டுதல் பாடலில் அவனுடைய ரசனையின் உச்சம் தெரியவரும்.

காணிநிலம்வேண்டும் - பராசக்தி
காணிநிலம்வேண்டும் - அங்கு,
தூணில்அழகியதாய் - நன்மாடங்கள்
துய்யநிறத்தினதாய் - அந்தக்
காணிநிலத்திடையே - ஓர்மாளிகை
கட்டித்தரவேணும் - அங்கு,
கேணியருகினிலே - தென்னைமரம்
கீற்று மிளநீரும்
பத்துப்பன்னிரண்டு - தென்னைமரம்
பக்கத்திலேவேணும் - நல்ல
முத்துச்சுடர்போலே - நிலாவொளி
முன்புவரவேணும்? அங்கு
கத்துங்குயிலோசை-சற்றேவந்து
காதிற்படவேணும் - என்றன்
சித்தம்மகிழ்ந்திடவே - நன்றாயிளந்
தென்றல்வர வேணும்.

பாட்டுக்கலந்திடவே - அங்கேயொரு
பத்தினிப்பெண்வேணும் - எங்கள்
கூட்டுக்களியினிலே - கவிதைகள்
கொண்டுதர வேணும்.

என்ற படியே விரியும் அவனது வரிகள். ரசனையும் மகிழ்ச்சியும் ஒவ்வொருவருக்கும் மாறுபடும் என்பதே உளவியல் நியதி. ஆனால் நம்முடைய ரசனைகள் பிறருக்கு தீங்கு விளைவிக்காத வகையிலும் முகஞ்சுளிக்காத வகையிலும் இருத்தல் அவசியமாகும் என்கிறான் பாரதி.

ரசனையோடு நாம் செய்யும் காரியங்களே வெற்றியாக முடிகிறது. மனதிலும் திருப்தி உண்டாகிறது. நல்ல வாசகர்களின் ரசனையே எழுத்தாளனின் ரசனையை கூட்டும். ரசனை உயர்வானதாக இருக்கும் போதே நம்மைச்சுற்றி இருக்கும் அத்தனையும் இறைவனின் இணையற்ற படைப்பாக தெரிய ஆரம்பிக்கும். அவ்வாறு உணர ஆரம்பிக்கும் போதே நம்முடைய செயல்களில் தெய்வீகத்தன்மை தோன்ற ஆரம்பிக்கும். உணர்வுகளை அடக்கி வைத்தல் உள்ளத்திற்கும் நல்லதல்ல. வெளிப்படுத்தும் உணர்வுகளே வெற்றி பெறுகின்றன.

90. ராஜஸம் பயில்

எந்த செயலை நாம் செய்கிறோமோ அல்லது எந்த நிலையில் நாம் இருக்கிறோமோ அதில் உச்சத்தை தொடும் நிலைக்கே ராஜஸம் என்று பெயர். ராஜாவைப் போலதொரு வாழ்வு கிடைக்க வேண்டுமெனில் அதை அடைவதற்கான தகுதிகளைப் பயிலுதலும் அவசியமானதே ஆகும். நீங்கள் செய்யும் செயலைப் போல வேறு யாராலும் செய்திட இயலாது என்ற வகையிலே மிகச்சிறந்த முறையில் செயலாற்ற கற்றுக் கொள்ளுதல் அவசியமாகிறது.

நம்முடைய அறிவும் ஆக்கமும் நூல்களைச் சார்ந்தே அமைகிறது. நூல்களும் அனுபவங்களுமே நமக்கு மிகச்சிறந்த ஆசான் என்பதை அறிந்து கொண்டவன் என்பதாலே நம்முடைய வாழ்க்கையை திறமையோடு அமைத்துக் கொள்ள வேண்டுமெனில் நூல்களையும் கலைகளையும் பயில்வது அவசியம் என்றான். அது எந்த நாட்டில் இருந்தாலும் விருப்பத்தோடு அவற்றை கற்றுக் கொள்ள வேண்டுமென்றான்.

வெள்ளத்தின் பெருக்கைப்போல
கலைப்பெருக்கும் கவிபெருக்கும் மேவுமாயின்
பள்ளத்தில் வீழ்ந்திருக்கும்
குருடரெல்லாம் விழிபெற்று பதவி பெறுவர்

என்பான் பாரதி.

எங்கெல்லாம் கலைகள் செழித்து இருக்கிறதோ அங்கெல்லாம் நல்லாட்சி நிகழ்கிறது என்பதை உணர்ந்து கூறியவன் பாரதி. ஆகவே தான் கலைகளையும் கல்வியையும் ஒருங்கே பயின்று அந்த துறையில் ராஜாவைப் போல் அமரவேண்டும் என்கிறான். பெரிதினும் பெரிது கேட்டவன்தானே அவன். வாழ்விலே அவனுடைய வாழ்க்கை ராஜாவைப் போலவே சிருஷ்டித்துக் கொண்டு வாழ்ந்தான் என்று பலமுறை நான் எழுதியுள்ளேன்.

கவிராசன் இல்லை என்ற வசை
என்னால் கழிந்தது

இறுமாப்பு அவனிடம் இருந்தது. அதுவே அவனை பலவற்றை தேடித் தேடி படிக்க செய்தது. காணும் கலைகள் யாவையும் கற்க வேண்டுமென்ற ஆர்வத்தை அவனிடம் கொண்டு சேர்த்தது. அதனால் தான் அந்த எண்ணங்கள் அவனது கவிதைகளில் பிரதிபலித்தது.

சந்திரமண்டலத்தியல் கண்டு தெளிவோம் என்ற வரிகளைச் சொல்லிவிட்டு அடுத்தவரியிலேயே சந்தி பெருக்கும் சாத்திரமும் கற்போம் என்பான். இதுவே அவனுடைய உச்சபட்ச கலை ரசனையின் வெளிப்பாடு என்றே சொல்லலாம்.

ஒரு தேர்ந்த செயலில் ராஜாவாக இருப்பதும் ராஜாவாக இருக்க தகுதியான அனைத்து கலைகளையும் கற்றுக் கொள்வதில் ஆர்வம் காட்டுதலுமே நம்முடைய வாழ்க்கையை ரசனையோடு முன்னெடுத்து செல்லும். உங்களை யாரோடும் ஒப்பிடாமல் நீங்கள் செய்யும் செயல்களே உங்களின் தனித்துவத்தை அடையாளப்படுத்தும். தனித்துவத்தை இழக்காமல் நீங்கள் கற்றுக் கொண்டவற்றை சிறப்பாக செய்யுங்கள். எதையும் சிறப்பாக செய்ய கற்றுக் கொள்ளுங்கள்.

91. ரீதி தவறேல்

ரீதி என்றால் ஒழுங்கு என்று பொருள். நாம் பார்க்கும் அத்தனையும் அதற்குரிய ஒழுங்கோடு இருக்கும் போதே அதை ரசிக்க முடியும். வாழ்வதற்கு உரிய ஒழுங்கு என்பது அதிகாலையில் எழுவதில் தொடங்கி இரவில் படுக்கைக்கு போகும் வரை எல்லாவற்றிலும் ஒருவித ஒழுங்கு நம்மையறியாமல் நம்மிடையே தொற்றி நிற்கிறது. அந்த ஒழுங்கு தவறாத நிலையே நமக்கு உயர்வினைத்தரும் என்கிறான் பாரதி.

காலை எழுந்தவுடன் படிப்பு - பின்பு
கனிவு கொடுக்கும் நல்லபாட்டு
மாலை முழுவதும் விளையாட்டு - என்று
வழக்கப்படுத்திக் கொள்ளு பாப்பா

என்ற வரிகளின் மூலமாக ஒழுங்கினைச் சொல்கிறான் பாரதி. அதிகாலை வேளையில் படிக்கும் போதே நம்முடைய ஆழ்மனதிலே எளிதாக பதியும் என்ற கருத்துக்களை தனது வரிகளின் மூலமாக குழந்தை களிடம் கொண்டு சேர்த்து உடல் நலனிலும் அக்கறை அவசியம் என்பதால் மாலை முழுவதும் விளையாட்டு என்று அறிவிக்கிறான்.

எண்ணிய முடிதல் வேண்டும் என்ற வரிகளைச் சொல்லிவிட்டு நல்லவை எண்ணல் வேண்டும் என்பான். நம்முடைய எண்ணங்களுக்கு வலிமை உண்டு. ஆனால் அவை நல்லவைகளாக இருக்க வேண்டும் என்று வரிசைப்படுத்துவான். ஆடை அணிவதிலே அவனுக்கு எப்போதும் பிரியம் அதிகமே. அந்த முண்டாசைக் கட்டுவதற்கும் கோட் போடுவதற்கும் மிக அதிகமான நேரம் செலவழித்து அத்தனை அழகாய் இருக்கும்படி பார்த்துக் கொள்வானாம். அவனுடைய புதிய கோட் ஒன்று சற்றே பெரிதாக தைத்து கொடுத்த தையல்காரரிடம் கோபம் கொண்டு அதைச் சரிசெய்து நேர்த்தியான பின்பு அவனிடமே சென்று தனது கம்பீரத்தை காட்டி கட்டியணைத்தானாம்.

அவனுடைய நடையின் கம்பீரமும் கவிதைகளைப் படிக்கும் கம்பீரக்குரலையும் நான் சொல்லித் தெரியவேண்டியதில்லை. சரியான நேரத்தில் எல்லாம் சரியாக நடக்கவேண்டும் என்ற ஆர்வமும் விருப்பமும் இருந்தாலும் கடற்கரை கண்டவுடனே நேரம்போவது தெரியாமல் இரவு முழுதும் அங்கேயே கழித்திருப்பானாம்.

நம்முடைய ஒவ்வொரு அசைவுமே நம்மை யாரென்று வெளிப்படுத்தும். அது நம்முடைய ஆடையில் தொடங்கி பேச்சு, நடை, பாவனை ஆகிய அனைத்திலும் வெளிப்பட்டு நிற்கும். அவை அனைத்திலுமே நாம் ஒரு ஒழுங்கை கடைப்பிடித்தாலே வாழ்க்கை ரசனை மிகுந்ததாகவும் அர்த்தமுடையதாகவும் நிலைபெறும்.

நம்முடைய மனம் நாம் பழக்கம் செய்வதுபோலவே நடந்துகொள்ளும். நம்முடைய நல்ல ஒழுக்கங்களை அது அனிச்சை செயல்போல செய்ய ஆரம்பித்துவிடும். அந்த ஒழுக்கம் தவறாமை தான் நமக்கான இடத்தை நமக்குப் பெற்றுத் தரும். நம்முடைய மனமும் உடலும் சில ஒழுக்கங்களை எதிர்பார்க்கும். அந்த ஒழுக்கத்தையே உலகம் நம்மிடமும் எதிர்பார்க்கும்

    ஒழுக்கம் தவற வேண்டாம்
    தவறான ஒழுக்கம் வேண்டாம்   - *சதா பாரதி*

92. ருசிபல வென்றுணர்

பசியோடு அலைவதிலேயே பாதி வாழ்க்கை பலருக்கும் கழிந்து விடுகிறது. பசி ருசியறியாது என்று சொல்வார்கள். ஆனால் ருசியே நம்முடைய உணர்வினையும் உணவினையும் அதிகமாக நேசிக்கத் தூண்டுகிறது. ருசிகளை உணர்ந்து அதை வென்ற நிலையிலேயே தன்னையறியும் முயற்சி நிறைவு பெறுகிறது எனலாம்.

'வயிற்றுக்கு சோறிடல் வேண்டும் - இங்கு
வாழும் மனிதருக்கெல்லாம்'
'வயிற்றுக்கு சோறுண்டு கண்டீர்'
'சொல்லக் கொதிக்குதடா நெஞ்சம் - வெறும்
சோற்றுக்கா வந்ததிங்கு பஞ்சம்'

என்ற வகையிலும் புதிய ஆத்திசூடியிலே ஊண் மிக விரும்பு என்ற வகையிலும் உணவு குறித்து அதிகம் பேசியுள்ளான் பாரதி. பசியோடு இருப்பவனுக்கு உணர்வளிக்க வேண்டுமெனில் அவனுக்கு முதலில் உணவளிக்க வேண்டுமென்றான். அதை செய்து காட்டவும் செய்தான். ருசியான உணவினை விரும்பி உண்ணவும் செய்தான். பட்டினி கிடக்கவும்

பழகியிருந்தான் பாரதி. எந்த நிலையிலும் ருசியிலே மயங்கிக் கிடக்க விரும்பியதில்லை. அந்த தருணத்தை ரசித்துவிட்டு அடுத்த நிலை நோக்கி நகர ஆரம்பித்தவன்.

இங்கே ருசி என்பதை ஐம்புலன்களின் செய்கையோடு தொடர்பு படுத்தியே பேசியவன்.

செந்தமிழ் நாடெனும் போதினிலே - இன்பத்
தேன் வந்து பாயுது காதினிலே

என்ற வகையில் காதிலே தேன் சுவையினை உணர்ந்து பார்த்தவன். அதே போலவே தன்னுடைய உடல் இச்சைகளையும் கட்டுக்குள் வைத்திருந்தான்.

மோகத்தை கொன்றுவிடு - அல்லால்
என் மூச்சை நிறுத்தி விடு.

என்று பராசக்தியிடம் வேண்டினான்.

இல்லறம், துறவறம் இரண்டிலுமே தன்னை அடையாளப் படுத்தியவன் பாரதி. உணவு என்பது வெறும் உணவல்ல. அது நமக்குள்ளே பல உணர்வினை ஊட்டும் என்பதை அறிந்திருந்தான். அந்த நிலையைக் கடந்த பின்னரே ஞான நிலை நோக்கி நடைபோட்டான்.

நமக்கு மிகவும் பிடித்தமான ருசியான உணவு ஒரு கட்டத்திற்கு மேலே வெறுப்பை உண்டு செய்யும். அதே போலவே பல உணர்வுகளும் சில நேரங்களில் சலிப்பூட்டும். அந்த சலிப்பு நிலை வராத வகையில் நம்முடைய உணவையும் உணர்வையும் அமைத்துக்கொண்டாலே வாழ்வு முழுமைக்கும் ரசனையான அனுபவங்களைப் பெற முடியும்.

முனைவர். நா. சங்கரராமன்

93. ரூபம் செம்மை செய்

நவீன உலகில் மட்டுமல்லாமல் ஆதிகாலத்தில் இருந்தே நம்முடைய உருவமும் நமது ஆளுமையினை நிரூபிக்க உதவுகிறது என்றால் அது மிகையாகாது. நம்முடைய உருவமும் உடையும் பேச்சும் நம்முடைய ஆளுமையின் ஒரு அங்கமே என்பதிலே யாருக்கும் மாற்றுக் கருத்து இருந்திட இயலாது...

புதுமைப்பெண்ணுக்கு ஒரு வடிவம் அமைத்து தருகிறான் பாரதி. அதுவரை வீட்டுக்குள் பூட்டப்பட்ட அடிமைத்தனம் உடைத்தெறிய புதிய கோலத்தில் அவர்களைப் பாடினான். தன்னுடைய தோற்றத்திலேயும் கம்பீரம் காட்டத் தவறவில்லை. தனக்குத்தானே முடிசூட்டிய மன்னன் போல தலைப்பாகை, நெற்றி நாமம், எந்த கோட்டை வைத்து நம்மை அடிமை யாக்கினானோ அதே கோட் போட்டு அவன் முன்னமே நின்ற கம்பீரம், சூரியனை விழுங்கப் பார்த்திருந்த அவனது இருவிழிகள், செங்கோல் போன்ற கையிலே பிடித்திருந்த கோல், எல்லாவற்றையும் விட நிமிர்ந்த நடை என்று அனைத்திலுமே தன்னுடைய உள்ளத்தை உருவத்திலும் பிரதிபலித்தான் பாரதி. என்ற படி

பராசக்தியை வேண்டி அவ்வாறே உருவத்தை பெற்றவன் பாரதி. உருவம் என்பதை புறத்தில் மட்டும் குறிக்காமல் அகத்தையும் பாடினான்.

தசையினைத் தீச்சுடினும் சிவசக்தியை பாடும்
நல் அகம் கேட்டேன்

என்பான்.

தன்னுடைய உள்ளத்தை போலவே உருவத்தையும் உடலையும் நேசித்தான். பராசக்தி என்பதும் கண்ணம்மா என்பதுவுமே அவனது குறியீடாகவே இருந்துள்ளது என்பதை அவனை அறிந்தவர்கள் உணர்வார்கள். கண்களை மூடி சில தலைவர்களின் பெயர்களையோ நமக்கு பிடித்தவர்களின் பெயர்களையோ உச்சரித்து பாருங்கள். நமக்கு முதலில் நிழலாடுவது அவர்களுடைய புற அடையாளங்கள்தான் நமக்கு முதலில் தோன்றும். பாரதி, காந்தி, விவேகானந்தர், பாரதிதாசன், அம்பேத்கர் என்ற யாராக இருந்தாலும் அவர்களுடைய உருவங்களும் அவர்களின் ஆளுமைக்கு ஒரு முக்கியக் காரணமாக இருந்துள்ளது என்பதை மறுக்க முடியாது. அகத்தின் அழகு நமது முகத்திலும் தெரியும் என்பதை உணர்தல் அவசியம் ஆகும்.

உருவமே எல்லாமும் அல்ல
உருவமில்லாமலும் இல்லை

உருவங்கள் சில நேரங்களில் கம்பீர உணர்வை நம் கண்முன்னே காட்டி விடுகிறது. நாம் சொல்லும் சொற்கள் செய்யும் செயல்கள் அனைத்தையும் இந்த சமூகம் நம்முடைய உருவத்தோடு கற்பனை செய்தே பார்க்கிறது. பாரதியின் வரிகளுக்கு வேறு ஒரு உருவத்தை நாம் கற்பனை செய்துகூட பார்க்க முடியாது. அத்தனை கம்பீர உருவமே அவனுடைய கவிதைகளுக்கு கட்டியம் கூறின. உருவத்தை மட்டுமே கொண்டு நம்மை யாரும் எடை போட்டு விடமாட்டார்கள். ஆனால் நம்மை சரியாக எடை போடவேண்டும் என்றால் அதற்க்கு நம்முடைய புற முகமும் அவசியமானதே ஆகும்.

94. ரேகையில் கனி கொள்

கனிமவளங்களே ஒரு காலத்தில் இந்தியாவின் மிகப்பெரிய அடையாளங்களாக இருந்தன. அந்த வளங்களே உலகின் அனைத்து நாடுகளையும் அடையாளப்படுத்தும் ஒரு வாய்ப்பாக பயன்படுத்தப் பட்டன. பூமிக்கு அடியிலே ரேகை போன்று ஓடிக் கொண்டிருக்கும் அந்த கனிமங்களைப் பாதுகாக்க வேண்டும் அதைக் கொண்டாட வேண்டும் என்பதை பாரதி வலியுறுத்தி சொன்ன வரிகளே ரேகையில் கனி கொள் என்பதாகும்.

கனி என்பது மகிழ்ச்சி என்ற பொருளிலும் சிலர் சொல்கிறார்கள். எல்லோரிடமும் கனிவாகவே இருக்க வேண்டும் என்றே பாரதி சொல்வதாகவும் சிலர் கூறுகிறார்கள். அவனுடைய பாடல் வரிகளைச் சாட்சியாக வைத்துப் பார்க்கையில் கனி என்பதை அவன் கனிம வளங்களுக்கே பயன்படுத்துகிறான் என்றே அறியலாம்.

வெட்டுக் கனிகள் செய்துதங்கம் முதலாம்
வேறுபல பொருளும் குடைந்தெடுப்போம்,
எட்டுத் திசைகளிலுஞ் சென்றிவைவிற்றே

எண்ணும் பொருளனைத்தும் கொண்டுவருவோம்
முத்துக் குளிப்பதொரு தென்கடலிலே,
மொய்த்து வணிகர்பல நாட்டினர்வந்தே,
நத்தி நமக்கினிய பொருள் கொணர்ந்தே
நம்மருள் வேண்டுவது மேற்கரையிலே

நம்முடைய தேசத்தில் கனிம வளங்களையும் கலாச்சாரங் களையும் குறிவைத்து கொள்ளையடிக்கவே பலருடைய படையெடுப்புகள் இங்கே நிகழ்ந்தது என்பதை அறிந்தவன்தான் பாரதி. நம்முடைய தேசத்தின் பெருமைகளை அனைவருமே அறிந்து கொள்ள வேண்டும். அதனைப் பாதுகாக்கவும் பயன்படுத்தவும் தெரிந்த தேசமே இந்த உலகின் தலைமையான தேசமாக உருவெடுக்க முடியும் என்பதை உணர்ந்த தீர்க்க தரிசியே பாரதி. இன்றைய சூழலுக்கு மிக அவசியமான வரிகளே இவை. கனிம வளங்களை பல தனியார் அமைப்புகள் சுரண்டிக்கொண்டிருப்பதையும் வெளிநாட்டு முதலாளிகள் சுரண்டிக் கொண்டிருப்பதையும் கண்கூடாக பார்க்க முடிகிறது. சரியான திட்டங்கள் இங்கே இருந்தாலும் அதைச் சரியாக செயல்படுத்துவதில் ஏற்படும் குழப்பங்கள் நீக்கப்படுதல் வேண்டும்.

இந்தியா என்றொரு நாடு உண்டு

அங்கே இயற்கை வளங்கள் நிறைய உண்டு

என்று யாரோ ஒருவருடைய வரிகள் இப்போதும் பலரால் பேசப்படக் காரணம், உலக அளவில் இயற்கை வளங்களும் கனிம வளங்களும் நிரம்பிய பூமி நமது இந்தியாவாகும். இதனாலே உலகம் தன்னுடைய பார்வையை எப்போதும் இந்தியா பக்கம் வைத்திருக்கிறது. ஆனால் இந்த இயற்கை வளங்கள் சமூக விரோதிகளால் கொள்ளை போவதை தடுக்க வேண்டும். அனைத்துமே நம்முடைய தேசத்தின் வளர்ச்சிக்கு பயன்படுத்த வேண்டும் என்ற ஆர்வம் பாரதிக்கு அன்றே இருந்தது என்பதே நிதர்சனமாகும்.

95. ரோதனம் தவிர்

ரோதனம் என்பதற்கு துன்பம், அழுகை என்ற பொருள் வரும். துன்பம் வந்தாலே அழுகையும் கூடவே வரும் என்பதால் துன்பத்தைத் தவிர்க்க சொல்கிறான் பாரதி. துன்பமென்பது ஆளுக்கொரு அளவீடாக இருக்கும். கூவத்தின் கரையில் படுத்து நிம்மதியாக உறங்குபவரும் உண்டு. 5 நட்சத்திர விடுதியின் குளுகுளு அறையில் உறக்கம் வராமல் புலம்பித் தவிப்பனும் உண்டு. எனவே துன்பத்தை அருகில் வைத்து பார்த்தால் அது நமக்கு பெரிய மலைப்பை தந்துவிடும். அதை திறமையோடு எதிர்கொள்ளும் போதே அது இல்லாமல் போய்விடும்.

**துன்பம் நெருங்கி வந்தபோதும் - நாம்
சோர்ந்து விடலாகாது பாப்பா
அன்புமிகுந்த தெய்வம் உண்டு - அது
அத்தனையும் போக்கிவிடும் பாப்பா**

என்ற நம்பிக்கை மிகுந்த வரிகளோடு நம்மை வழிநடத்துகிறான் பாரதி.

தன்னுடைய பத்திரிகை சீல் வைக்கப்பட்ட போதும், தனது குழந்தைகள் தன்னிடமிருந்து விலகி நின்ற போதும், எந்நேரமும் தனக்கு வெள்ளையர்

ளாலும் பிரெஞ்சு போலீசாலும் ஆபத்து என்ற நிலை வந்த போதிலும் கலங்காத உள்ளம் படைத்தவனாக இருந்தான். அதைவிட ஒருபடி மேலே சென்று, அவனொரு தீர்க்க தரிசியாக இருந்ததால் வரும் துன்பங்களை அவன் முன்னமே அறிந்திருந்தான் என்றே சொல்லலாம். பாண்டிச்சேரியில் அவனுடைய இல்லத்தை மாற்றிய அடுத்த நாளே பெருமழையில் அவனிருந்த வீடு இடிந்துவிழுந்தது என்பதை நாம் அறிவோம். அவருடைய கோபமெல்லாம் அறியாமையைக் கண்டு அஞ்சி வாழ்கிறார்களே மக்கள் என்பதாகவே இருந்தது.

கஞ்சி குடிப்பதற்கிலார் அதன் காரணங்கள்
இவையென்று அறிவுமிலார்
நித்தமும் பஞ்சமோ பஞ்சமென்று
பரிதவித்து உயிர் துடிதுடித்து
சாகின்றாரே

என்றே கலங்கினான்.

உண்மைநிலையினை அறிந்து போராடாமல் இயலாமையை நினைத்து வருந்துபவர்களைக் கண்டு கோபம் கொண்டு அவர்களுக்கு தனது வரிகளால் வழிகாட்டினான். தேவையற்ற துன்பங்களை நாமாகவே வருவித்துக்கொண்டு வருந்துவதால் பயனேதுமில்லை என்பதை உணர வேண்டுமென்றான்.

துன்பங்களைக் கண்டு அஞ்சி ஒதுங்கும்போதே அது இரட்டிப்பாகிறது. அவற்றை நமக்கு வரும் அனுபவங்களாக ஏற்றுக் கொண்டு செயலாற்றும்போதே நம்முடைய வலிமை அதிகரிக்க தொடங்குகிறது. எவ்விதத் தடைகளும் இல்லாத வாழ்க்கை சுவாரசியமில்லாமல் போய்விடும். வரும் துன்பங்களைக் கண்டு கலங்காமல் அதை மகிழ்ச்சியோடு வரவேற்று வெற்றி பெறுங்கள்.

இச்சகத்துள்ளோரெல்லாம் எதிர்த்துநின்றபோதிலும்
அச்சமில்லை அச்சமில்லை அச்சமென்பதில்லையே

என்ற பாரதி வழியில் துன்பங்களுக்கு துன்பமாகுவோம்.

96. ரௌத்திரம் பழகு

பாரதியின் சொல்லாட்சியில் மிக முக்கியமானதும் இன்றைய சூழல் வரை அனைவருக்கும் தேவையான ஒன்றுதான் கோபம் எனப்படும் ரௌத்திரம் ஆகும். ஆறுவது சினம் என்பது ஔவையின் கால கட்டத்தில் பொருந்தக்கூடிய வரிகளாக இருந்தது. பாரதியின் காலகட்டத்தில் ரௌத்திரம் தேவைப்பட்டது. அதனைப் பழகு என்றே ஆணையிடுகிறான் பாரதி.

> பாதகம் செய்பவரைக் கண்டால்-நீ
> பயங்கொள்ளலாகாது பாப்பா
> மோதி மிதித்துவிடு பாப்பா - அவர்
> முகத்தில் உமிழ்ந்து விடு பாப்பா

என்றே பாப்பாக்களை ரௌத்திரம் பழகச் சொன்னான் பாரதி.

தனக்கு நடக்கும் தீமைகளுக்கு யார் காரணம் என்றும் அறிந்தும் அவர்களை எதிர்த்து ஒரு குரல் கூட கொடுக்காமல் முடங்கிப் போயிருந்த சமூகத்தில் பாரதி தீக்குச்சி போல பற்ற வைத்தான் விடுதலை எனும் நெருப்பை...

> அக்கினி குஞ்சொன்று கண்டேன் - அதை
> ஆங்கொரு காட்டினில் பொந்திடை வைத்தேன்
> வெந்து தணிந்தது காடு
> தழல் வீரத்தில்
> குஞ்சென்றும் மூப்பென்றும் உண்டோ?

என்ற ரௌத்திர நெருப்பினை பற்ற வைத்தவன் பாரதி.

தன்னை இழந்து பெறும் அனைத்தையும் பிச்சை எடுத்தலுக்கு சமமான ஒன்றாக கருத வேண்டுமென விரும்பியவன் பாரதி. யாருமற்ற அநாதைகள் இல்லை என்பதை உணர்ந்து போராட வேண்டும். அதற்கு கொஞ்சம் ரௌத்திரம் அவசியம் என்பதை உணர்ந்து அதை வெளிக்காட்டா விடினும் ரௌத்திரத்தோடு இருப்பதற்கும் பழகுதல் வேண்டும் என்றான். சாதாரண கோழி கூட தனது குஞ்சுகளை தூக்க வரும் பருந்து களிடம் தனது ஆக்ரோஷத்தை காட்டி விரட்டியப்பது போன்று நமது தேசத்தை அபகரித்து அடிமைப்படுத்தி வைத்திருக்கும் பரங்கியருக்கு எதிராக கிளர்ந்தெழுந்து அவர்களை விரட்டி அடிக்க வேண்டுமென விரும்பியவன்.

ரௌத்திரம் என்பது கோபம் என்று மட்டுமல்ல. அது சுயமரியாதை கொண்ட ஒவ்வொரு மனிதரின் அடையாளம் என்பதை உணர்தல் வேண்டும். நம்முடைய சுயமரியாதைக்கும் உரிமைக்கும் இழப்பு வரும்போது ரௌத்திரம் நம்மிடையே வேண்டும் என்பதை உணர்ந்தவனே பாரதி.

> திடங்கொண்டு மெலிந்தோரை - இங்கு
> தின்று பிழைத்திடலாமோ? என்றே கேள்வி எழுப்புகிறான்.

பிறருடைய குற்றங்களைப் பொறுத்துக் கொள்வது பொறுமைதான். ஆனால் அந்தக் குற்றம் நம்மை மட்டுமின்றி எல்லோரையும் பாதிக்குமெனில் அதை மாற்ற முயல சிறிதாவது ரௌத்திரம் அவசியமானதே என்கிறான் பாரதி.

கோபம் கொடூரத்தின் அடையாளமல்ல. நியாயங்கள் அழியும் போது பாவங்கள் பெருகும் போது கோபம் அவசியமாகிறது. குற்றங்களைக் கண்டும் காணாதது போல இருப்பதைவிட மாபெரும் குற்றம் வேறேதுமில்லை என்பதை உணர வேண்டும். கோபத்தை சரியான நேரத்தில் காண்பிக்க வேண்டும். இல்லையெனில் நமக்கும் அதற்கும் சரியான மரியாதை இல்லாமல் போய்விடும்.

> சிறுமை கண்டு பொங்குவாய்
> என்பதே பாரதியின் ரௌத்திரமாகும்.

97. லவம் பல வெள்ளமாம்

லவம் என்ற சொல் பசுவின் வால்மயிரைக் குறிக்கிறது. அத்தனை இலகுவாக இருக்கும் அந்த மயிரானது ஒன்றுசேர்ந்தால் அதனை அறுத்து எறிய இயலாது. அதுபோலவே நம்முடைய சிறுதுளிகள் ஒன்று சேர்ந்தால் பெருவெள்ளமாகும். அதைத் தடுத்திட இயலாது என்கிறான் பாரதி.

கூடி விளையாடு பாப்பா - ஒரு
குழந்தையை வையாதே பாப்பா

என்பான் பாரதி.

நம்முடைய சிக்கனம் மட்டுமில்லை, நம்முடைய ஒற்றுமையை வலியுறுத்தி பாடியவனே பாரதி. விடுதலை வேண்டி தனித்தனியாக போராடுவதைவிட ஒரு கூட்டாக எதிர்கொள்ளும் போதே நம்முடைய எதிர்ப்பு வளமாகும் என்பதை உணர்ந்திருந்தவன் பாரதி

அனைவரையும் தன்னோடு இணைத்து போராட்ட குணத்தை இன்னமும் வலிமையாக்கவே விரும்பினான் பாரதி. நிவேதிதா அம்மையாரை சந்தித்த பின்னர் பெண்களையும் பெருமளவில் விடுதலைப் போராட்டத்தில் இணைத்துக் கொண்டே போராடினான்.

> ஆயிரம் உண்டிங்கு சாதி இதில்
> அந்நியர் வந்து புகல் என்ன நீதி?

என்றே கேள்வியெழுப்பி அனைவரையும் அரவணைத்துக் கொண்டவன். அதைவிட முக்கியம் காக்கை குருவிகளையும் கடலும் மலையினையும் தன்னுடைய சாதிகளோடு இணைத்து கொண்டவன். தனக்கென நேர்மை, ஒழுக்கம், நம்பிக்கை தவிர வேறு எதையும் சேர்த்து வைத்துக் கொள்ளாதவன். வறுமையோடே வாழ்வின் கடைசி வரை போராடியவன். தனக்கு கிடைத்த பொருளையும் பணத்தினையும் வறியவர்களோடு பகிர்ந்து உண்டவன் என்பதாலே அவன் சேமிப்பு குறித்தும் கடைசி காலங்களில் சிந்திக்கத் தொடங்கினான். பாஞ்சாலி சபதம் உரை எழுத அவனது மூலப்படி கூட அவனிடம் இல்லாமல் யதுகிரி அம்மாளிடம் வாங்கியே வெளியிட முனைந்தான். அவனுடைய சின்ன சங்கரன் கதையின் பிரதிகள் அவனிடம் வேலையாக இருந்த ஒருவரால் களவாடப்பட்டது என்பதாலே அது இன்னமும் முற்றுப் பெறாமலே நிற்கிறது எனலாம்.

எல்லாவற்றையும் நேசித்த பாரதி தான் எழுதியவற்றை அதிகமாக சேமிக்க மறந்ததை தன்னுடைய வாழ்வின் எச்சத்திலேதான் புரிந்து கொண்டான். அதிலிருந்து எழுத்தையும் பொருளையும் நம்பிக்கையும் சேர்க்க வேண்டும் என்றே விரும்பினான்.

அடுத்த நாள் என்பது நிலையில்லாத ஒன்று என்ற அவ நம்பிக்கையோடு நாம் வாழ்வினை கடத்த வேண்டுமென்ற அவசிய மில்லை. நம்முடைய தேவைகளுக்கு ஏற்ப சேர்த்து வைத்தல் அவசிய மானதே ஆகும். நமக்கு பின் வரும் சந்ததியினர் நாம் சேர்த்து வைத்த பெயரையோ புகழையோ பயன்படுத்தி அவர்களும் உயர்வதில் தவறேதுமில்லை. ஆனால் பொருளை திட்டமிட்டு சேமித்து வைக்கலாம். நாம் சேர்த்த பொருளை வறியவருக்கு வழங்குவதால் கிடைக்கும் புண்ணியங்கள் தானாகவே சேரும்.

முனைவர். நா. சங்கரராமன்

98. லாவகம் பயிற்சி செய்

நாம் செய்யும் செயல்கள் சிறப்பாக அமைய வேண்டும் என்றால் அதைச் சரியான முறையிலே செய்தலும் அவசியமாகும். சரியான திட்டமிடலோடு சரியான காலத்திலே செய்யும் செயல்களே நம்முடைய மனதிற்கும் திருப்தி அளிக்கிறது. எந்தச் செயலையும் அதற்குரிய பயிற்சிகளோடு அணுகும்போதே அது நமக்கு சாத்தியப்படுகிறது எனலாம்.

எந்தக் காரியத்தை தொடங்கும் போதும் அது நல்லபடியாக முடியும் என்ற எண்ணத்தோடு தொடங்குதல் வேண்டும் என்கிறான். அதைவிட ஒருபடி மேலே போய் அந்த காரியம் நடந்து விட்டால் நம்முடைய மனம் எத்தனை மகிழ்ச்சி அடையுமோ அதே மகிழ்ச்சியோடும் நம்பிக்கையோடும் அந்த காரியத்தைச் செய்ய வேண்டும் என்பதை மிகவும் அறிந்த தீர்க்க தரிசியே பாரதி என்பதற்கு,

ஆடுவோமே பள்ளு பாடுவோமே
ஆனந்த சுதந்திரம் அடைந்து விட்டோமென்று

சுதந்திரப் பள்ளு, சுதந்திரம் அடைவதற்கு முப்பது ஆண்டுகளுக்கு முன்பே பாடினான் என்பதே

அவனுடைய சிந்தனையின் வெற்றிக்கு சாட்சியாகும். இதே புதிய ஆத்திசூடியிலே அவனுடைய நகர வரிசை அமைத்த விதமே அவனுடைய லாவகத்தை காட்டும்.

நன்று கருது
நாளெல்லாம் வினைசெய்
நினைப்பது முடியும்

தீர்க்கமான முடிவுகளை இலக்குகளை நிர்ணயித்துவிட்டு அதை நோக்கிய பயணத்தில் தளராமல் வினைசெய்துகொண்டே சென்றால் நாம் நினைப்பது எல்லாம் முடியும் என்பதை மூன்றே வரிகளில் உணர்த்தியவன் பாரதி.

பாரதியிடமிருந்து நாம் கற்றுக் கொள்ளும் லாவகம் நல்ல சிந்தனைகள் கொண்டு நம்பிக்கையோடு செயலாற்றினால் எதுவும் நமக்கு சாத்தியமாகும் என்பதே ஆகும். அவனுடைய கனவுகள் காலத்தைத் தாண்டிய கனவுகளாக இருந்தாலும் இன்றைய அளவிலே அது ஒவ்வொன்றாக சாத்தியமாகும் போதே அவனுடைய எண்ணத்தின் வலிமையை உணர முடிகிறது.

பயிற்சியும் முயற்சியும் இருந்தாலே சாதாரண மனிதரும் சாதனையாளராக முடியும் என்பது நம்முடைய முன்னோர்களின் வாக்கு. ஒவ்வொரு மனிதருக்கும் அவருடைய பார்வையில் ரசனை களும் பார்வைகளும் வேறுவேறாகவே தெரியும். ஒருவரைப்போல ஒருவர் இயங்க வேண்டும் என்பதாலேயே பலரும் இங்கே சுயத்தை இழந்து காணாமல் போய்விடுகிறார்கள். நமக்கே உரித்தான தனித்துவத்தோடு செய்யும் செயல்கள் நமக்கு மகிழ்ச்சி அளிப்பதோடு காலம்தாண்டியும் வரலாறாக பேசப்படுகின்றன என்ற லாவகத்தை உணர்ந்து கொள்ளுதல் அவசியமாகிறது.

திட்டமிடலே
பாதி வெற்றியை தந்து விடுகிறது   - சதா பாரதி

99. லீலை இவ்வுலகு

தின்று விளையாடி இன்புற்றிருந்து வாழ்வீர்
தீமையெல்லாம் அழிந்து போம்
திரும்பி வாரா

என்பான் பாரதி.

மிக அழகிய வாழ்வியலை இயல்பாக கொண்டாடித் தீர்க்க வேண்டும் என்பதே அவனுடைய ஆவலாக இருந்தது.

சாதாரண மனிதரைப் போல உழன்ற வாழ்வியல் அவனுக்கு எப்போதும் பிடிக்காது. கணம் தோறும் வியப்போடே வாழ்ந்தவன் பாரதி. உலக இன்பங்களையும் ஆசைகளையும் துறந்து நிற்கும் ஞானியல்ல அவன். உலக இன்பங்களை எல்லாம் தனது கனவுகளாலும் கவிதைகளாலும் துய்த்தவன்.

கண்ணன் பாடல்கள் முழுவதும் அவனுடைய லீலைகளைப் பாடுகையில் அழகு ரசம் ததும்பும் எனலாம்.

பின்னலைப்பின் நின்று இழுப்பான் - தலை
பின்னே திரும்புமுன்

முன்னே சென்று மறைவான்
வண்ணப் புதுச்சோலை தனிலே
புழுதி வாரிச் சொரிந்தே வருத்திக் குலைப்பான்

எனும் போதே கண்ணனை நம் கண்முன் கொண்டு வந்தவன் பாரதி.

உலக வாழ்வை வெறும் வாழ்வாக மற்றும் கருதாமல் அதை ஒரு கொண்டாட்டமாக கருத வேண்டும் என்றே விரும்பியவன்.

நோக்க நோக்ககளி யாட்டம்
நோக்கும் திசையெல்லாம்
நாமன்றி வேறில்லை

என்ற உற்சாகம் பொங்கும் மனநிலை அவனுக்கு இருந்தது. அடுத்த நிமிடம் என்ன நிகழும் என்ற ஆச்சரியங்களைக் கண்டு காத்திராமல் கணங்கள் தோறும் வியப்பினைப் பாடினான்.

வேடிக்கை மனிதரைப் போல வாழ வேண்டாம் என்று சொன்ன பாரதியே வேடிக்கை வாழ்வை ரசனையோடு அணுகச் சொன்னவன். இந்த உலக மாற்றத்தை ஒப்புக்கொண்டு அதனோடு இயைந்து நமக்கான சுயத்தை விட்டுக் கொடுக்காமல் வாழ்வதே இப்பிறவியில் நாம் செய்யும் தவமாகும்.

இந்த உலகம் அனைவருக்குமான அதிசயமாகும். இங்கு அனைவரும் மகிழ்ச்சியோடு வாழ்வதற்கு உரிமை உள்ளது. அடுத்த நிமிடம் என்ன நிகழும் என்ற ஆர்வமே இந்த உலகை இன்றும் நம்பிக்கையோடு இயங்கச் செய்கிறது. இங்கு அனைவருக்குமே நேரமும் இயற்கையும் இறைவனும் பொதுவே ஆகும். அவர்களுடைய அணுகுமுறையாகவே இந்த உலகம் புரிய ஆரம்பிக்கும். இங்கே இருக்கும் ஒவ்வொரு நிமிடங்களும் யாருக்கும் தீங்கு இன்றியும் நமக்கும் பிறருக்கும் பயனுடைய வாழ்வு வாழ வேண்டும். அதுவே நாம் இந்த உலகிற்கு கொடுக்கும் மரியாதையாகும்.

100. (உ) லுத்தரை இகழ்

உலுத்தர் என்பவர் தனக்கு என்று மட்டுமே யோசிப்பவராவார். சுயநலம் நிரம்பிய வாழ்க்கை வாழ்பவர்களே உலுத்தவர் என்று அழைக்கப் படுவார்கள். யாருக்கும் எதையும் கொடுக்காமல் சுயநலம் கொண்டு கடைசியாக அவருடைய வாழ்க்கையை கூட சரியாக வாழ முடியாமல் மடிந்து போகும் உலுத்தரையே இகழச் சொன்னான் பாரதி.

> காக்கை குருவி எங்கள்சாதி - நீள்
> கடலும் மலையும் எங்கள் கூட்டம்
> நோக்கும் திசையெல்லாம் நாமன்றி வேறில்லை
> நோக்க நோக்கக் களியாட்டம்

என்றே வாழ்வினைக் கொண்டாடித் தீர்த்தவன் பாரதி.

பசியினை உணர்ந்தவன் என்பதாலே உலகத்தின் பசியினைப் போக்க கவிதைகளால் போராடியவன். அவனது வீட்டிற்கு போனவர்கள் யாரும் பசியோடு திரும்பியதில்லை. அது காக்கை குருவிகளாக இருந்தாலும் பசியோடு திரும்பியதில்லை. புதுச்சேரி கடும்புயலில் அடுத்த நாளே தனது வீட்டையும் கவனிக்காமல் நண்பர்களோடு அனைவருக்கும் கஞ்சி காய்ச்சி கொடுத்து உபசரித்தவன்.

அவருடைய வீட்டிற்கு இவரது கவிதைகளைக் கேட்க வரும் சுப்ரமணிச் செட்டியாரே அவரது வறுமையை போக்கிய வங்கியாகவே இருந்தார் எனில் அது மிகையாகாது.

வயிற்றுக்குச் சோறிடல் வேண்டும்
இங்குவாழும் மனிதருக்கெல்லாம்
பயிற்றிட பலகல்விதந்து - இந்த
பாரை உயர்த்திடுவோம்

என்றே குரலெழுப்பினான். அனைவரும் கல்வி கற்று சிறப்பு பெறும் போது அவர்களுடைய வறுமை நீங்கும். அவ்வாறு நீங்கும் போது அவர்கள் அடுத்தவர்களின் பசியினைப்போக்க உதவுவார்கள்.

இந்த நிலைக்கு கல்வி அவசியமானதே என்ற எண்ணம் அவனுக்கு உதித்தது. சாதிகளாலும் பெண் என்பதாலும் மறுக்கப்பட்ட கல்வியினை அவர்களுக்கு கொடுக்க வேண்டுமென பாடியவனே பாரதி.

உள்ளநிறை விலோர்கள்ளம் புகுந்திடில்
உள்ளம் நிறைவாமோ?

என்றே கேட்கிறான்.

எல்லோருக்கும் எல்லாம் கிடைக்க வேண்டும். மனதில் குறுகிய எண்ணங்களும் சுயநலம் கொண்டவர்களை இகழ்ந்து ஒதுக்கும்போதே வாழ்வினை வெல்ல இயலும் என்பதை உணர்ந்திருந்தான். சாதி மத வேறுபாடுகளால் சக மனிதர்களை விலங்குகள் போல நடத்தும் மனிதர்களை விலங்குகளுக்கு ஒப்பானவர்களாகவே பார்க்கிறான் பாரதி.

இந்த உலகிலே வாழும் ஜீவராசிகள் அனைத்திற்கும் பொதுவானவையே இந்த உலகம் என்பதை உணர்ந்து கொள்ளுதல் அவசியமாகும். நமக்காக மட்டுமே வாழ்வதில் இங்கே பெருமையில்லை. நம்மோடே பயணிக்கும் சக மனிதர்களிடமும் நேசத்தோடும் அன்போடும் பழகி அவர்களின் வறுமை துடைத்து நல்வழிப் படுத்துவதிலேதான் உண்மையான ஆனந்தம் கிட்டும். சுயநலம் கொண்டும் கஞ்சத்தனம் கொண்டும் வாழ்பவர்கள் வாழும் போது மட்டுமல்லாமல் இறந்த பின்பும் இகழப்படுவார்கள்.

ஊருக்கும் உழைத்திடல் வேண்டும்.

101. லோக நூல் கற்று உணர்

இந்த உலகமே நூல்களால் நிரம்பியது. ஆடைகளை தைப்பது போன்றே நல்ல மனங்களை தைத்து இணைப்பதற்கும் நூல்கள் அவசியமாகிறது. உலகின் கலாச்சாரத்தையும் பண்பாட்டையும் நாம் அறிந்து கொள்ளவும் நம்முடைய பண்பாடு எத்தகைய உயர்வானது என்பதை அறிந்து கொள்ளவும் உலக நூல்களின் வாசிப்பு அவசியமாகிறது. பலதரப்பட்ட வாசிப்பே நமக்கு உலக அனுபங்களைப் பெற்றுத் தரும் என்பதில் ஐயமில்லை.

பாரதி எண்ணற்ற கவிஞர்களின் மொழிப் பெயர்ப்புகளை தமிழிலே எழுதியுள்ளார். 'வந்தே மாதரம்' என்பதை 'மாநிலத்தாயை வணங்குவது' என்றே நிலைப்படுத்தினான். இங்கிருக்கும் எண்ணற்ற நூல்களை பிற நாட்டவர்க்கு புரியும் படி எளிமையாக கொண்டு சேர்க்க வேண்டுமென விரும்பினான். ஏழு மொழிகள் அறிந்தவன் என்பதால் அவனுக்கு உலக அறிவு இயல்பாகவே இருந்தது.

நல்ல நூல்களைப் படித்து அவற்றை மக்களிடையே பரப்புவதற்காக ஆரம்பகாலத்தில் 'ஷெல்லி தாசன்' என்ற புனைப்பெயரில் மன்றம் வைத்து சான்றோர்களின் கவிதைகளைப் படித்தும் பாடியும் காட்டுவானாம். உலகம் முழுவதும் அறமும் மறமும் கொண்ட நூல்களின் தாயகமே தமிழகமே என்பதில் உறுதியோடு நின்றவன் பாரதி.

வள்ளுவன் தன்னை உலகினுக்கே தந்து
வான்புகழ் கொண்ட தமிழ்நாடு

என்று வள்ளுவனுக்கு புகழ்மாலை சூடுவதில் கூட அவன் நூலினை மையப்படுத்தினான்.

நூல்களைப் படிப்பது மட்டுமல்லாமல் அவற்றை உணர்ந்து கொள்ளவும் வேண்டும் என்பதை வள்ளுவன் வழியே நின்று விளக்குகிறான். மூடப்பழக்கம் ஒழிய வேண்டுமெனில் மக்கள் வாசிப்பை அதிகப்படுத்த வேண்டும் என்பதை உணர்ந்திருந்தான்.

மேலோர்கள் வெஞ்சிறையில் வீழ்ந்து கிடப்பதும்
நூலோர்கள் செக்கடியில் நோவதுவும் காண்கிலையோ

என்றே கொதித்து எழுந்து பாடியவன் பாரதி.

செக்கிழுத்த செம்மல் வ.உ.சி.யின் எழுத்துக்களால் ஈர்க்கப்பட்டவன் பாரதி. அதனாலே அவன் எழுத்தாளர்கள் படும்பாட்டை வரிகளில் வலியோடு எழுதினான்.

ஆஹா வென்று எழுந்ததுபார் ஓர் யுகப்புரட்சி

என்று ருஷ்யப்புரட்சியை வரிகளில் வடித்தவன் பாரதி.

புரட்சி என்ற வரிகளை முதன்முதலில் தமிழிலே பாரதியே அறிமுகப்படுத்தியிருப்பான் என்றே பலரும் கூறியுள்ளனர். பீஜித்தீவில் கரும்புத்தோட்ட தொழிலாளர்கள் பட்ட பாடு என உலக அறிவு அத்தனையும் தனது வரிகளால் விளக்கியவன். வலியாகவே விளக்கியவன்.

உலக நூல்கள் அத்தனையும் நாம் கற்றுணர வேண்டும். அதற்கு குறைந்த பட்சம் நம்முடைய நூல்களையாவது கற்க வேண்டும். கற்றது கைம்மண்ணளவு எனும் ஒளவையின் வாக்கின்படி உலக நூல்கள்

முனைவர். நா. சங்கரராமன்   **219**

அத்தனையும் முயன்று படிக்க வேண்டும். மேலைநாட்டிலிருந்து இங்கு மதம்பரப்ப வந்த பாதிரியார்கள் பலரும் இங்கிருக்கும் நூல்களைப் படித்து தமிழுக்கு அடிமையாகி இங்கேயே தங்களின் பெயர்களையும் மாற்றி தமிழ் தொண்டாற்றினர் என்பது மறுக்க இயலாத ஒன்றாகும்.

'இங்கே ஒரு தமிழ் மாணவன் உறங்குகிறான்' என்று தன்னுடைய கல்லறையில் எழுதச் சொன்ன ஜி.யூ. போப் என்ற மனிதரைப்போல உணர்ந்து வாழ்வோம்...

நூல்கள் வழிகாட்டும்
இருள் நீக்கும்.

102. லௌகிகம் ஆற்று

அடுத்தடுத்த நிமிடங்களிலே அதிசயங்களை ஒளித்து வைத்து அற்புதமாய் நகருகிறது இந்த வாழ்க்கை. வாழ்வின் இன்பதுன்பங்களில் கலந்து கொண்டு அனைத்து அனுபவங்களையும் உணர்வுகளையும் பெற்று வாழ்வதே நாம் இந்த பிறவிக்கு செய்யும் மரியாதை ஆகும். இந்த அழகிய வாழ்வியலைத் தொலைத்துவிட்டு துறவறம் பேணுவதிலே பெரிய இன்பம் ஏதுமிருக்கப்போவதில்லை. இல்லறமே இறைவனை அடையும் எளிய வழி என்பதைவிட இல்லறமே இறைவனுக்கு நெருக்கமானது என்பதாலே தான் இறைவனுக்கும் இல்லறத்தை போதிக்கும் நிலையில் உள்ளோம்.

எத்தனை கோடி இன்பம் வைத்தாய் இறைவா?

என்பான் பாரதி. சுற்றியிருக்கும் அத்தனையும் அவனுக்கு இன்பமாகவே பட்டது. ஒவ்வொரு நிமிடங்களும் அவன்வாழ்வினைக் கொண்டாடினான் என்பது போலவே அவனுக்காக உணர்வுகள் அத்தனையும் வெளிப்படுத்தினான் உணர்வுகளாகவும் கவிதைகளாகவும் என்றால் அது மிகையாகாது.

ரௌத்திரம் பழகு என்று சொன்ன அவனேதான் காதலைக் கொண்டாடி மகிழ்ந்தான்.

பார்க்கும் இடத்திலெல்லாம் உனைப்போலவே
பாவை தெரியுதடி என்றும்
தீக்குள் விரலை வைத்தால் நின்னை
தீண்டும் இன்பம் தோன்றுதையா நந்தலாலா

என்பதும் அவனது உணர்வுகளின் உச்சமல்லவா?

தான் ஒரு வரகவி என்பது அவனுக்கு தெரிந்ததிருந்தது என்றாலும் உப்புக்கும் சீனிக்கும் அவனோடு செல்லம்மா சண்டைபோட்ட போதெல்லாம் அவன் காட்டிய உணர்வுகளை பராசக்தியே அறிவாள்.

எதிர்ப்புகளைக் கண்டு அஞ்சி ஓடாமல் அவற்றைத் துணிவோடு எதிர்கொண்டு வெல்ல வேண்டும் என்ற குணம் அவனிடையே நிறைந்திருந்த நேரத்தில் ஏதாவது கற்றுக் கொள்ள வேண்டும் என்றால் அத்தனை ஆர்வத்தோடு அனைவரிடமும் அது குழந்தையாக இருந்தாலும் கேட்டு கற்றுக் கொண்டு அதை செய்துகாட்டி வியக்கும் அத்தனை உணர்வுகளை வெளிப்படுத்திய லௌகீக வாழ்க்கை அவனுக்குச் சாத்தியப்பட்டது. சாமியார்களைப் பற்றிய அவனது கடுமையான பார்வை குள்ளச்சாமியாரை சந்தித்த பின்னர் மாறியது. அதுவே அவன் கடைசி காலகட்டத்தில் லௌகீக வாழ்விலிருந்து சற்றே விலகி நிற்க வைத்து மரணமில்லா பெருவாழ்வு குறித்த சிந்தனையை விதைத்தது எனலாம்...

கண்ணனை காதலியாகவும், குழந்தையாகவும், சேவகனாகவும், நண்பனாகவும் கொண்டு அவன் பாடிய கண்ணன் பாட்டும், பெண்மையின் கம்பீரத்தை பாஞ்சாலி மூலமாக சொன்ன பாஞ்சாலி சபதம், காதலையும் பல்வேறு ஞான உணர்வுகளையும் மறைபொருளோடு விளக்கிய குயில்பாட்டும் போது அவனுடைய ஒட்டுமொத்த லௌகீக ஆசைகளின் வரிவடிவம் தானே அவைகள்...

பாரதி வரிகளுக்கு இணங்கி வாழ்வை கொண்டாடி மகிழ்வோம். உணர்வுகளை அவ்வப்போது வெளிப்படுத்தி பிறரின் உணர்வுகளைப் புரிந்து கொண்டு அதற்கும் மதிப்பளிக்க வேண்டும். காதலும் இசையும் கோபமும் நம்பிக்கையும் ஏமாற்றமும் கலந்த வாழ்வினை வாழ்தலே சுகமானது.

வாழ்தலே இனிது.

103. வருவதை மகிழ்ந்து உண்

இந்த உலகமே உணர்வுகளாலும் உணவுகளாகும் சூழப்பட்டதாகும். பசியோடு அலைவதைவிட பரிதாபம் வேறில்லை இந்த உலகத்தில் என்பது நிதர்சனமான உண்மையாகும். உணவுகளும் பல நேரங்களில் நல்ல உணர்வினைத் தூண்டி விடுகின்றன.

வயிற்றுக்கு சோறுண்டு கண்டீர்

என்றே அறிவிப்பான் பாரதி.

உண்ணும் உணவை வீணாக்காமல் மகிழ்வோடும் பிறருக்கு பகிர்ந்தளித்து உண்ணும் உணவு பாரதிக்கு மிகவும் பிடித்தமான ஒன்றாகும்.

காக்கை குருவி எங்கள் சாதி

என்றவனின் அன்றாட பழக்கங்களில் ஒன்றாக இருந்தது முற்றத்தில் குருவிகளுக்கான நெல்மணியினைத் தூவுவதாக இருந்தது. மதம் பிடித்த யானைக்கும் பாரதியை பிடித்திருந்தது என்றால் அவன் தினமும் அதற்கு கொடுத்த உணவும் ஒருவகை காரணமாகவே இருந்தது எனலாம். தேசபக்தர்கள் பலருக்கு பாரதியின் வீடு புகலிடமாக இருந்தது என்பதையும் மறுக்க முடியாது. வறுமை அவனைக் கடைசி வரை

தொடர்ந்த காரணத்தால் என்னவோ அவனுக்கு உணவின் மீது பற்றுதல் அதிகமாக இருந்தது. ஏற்கனவே புதிய ஆத்திசூடியிலே ஊண் மிக விரும்பு என்று கூறியிருக்கிறான்.

அறிவாலும் கல்வியாலும் ஒரு சமூகம் வளம்பெற வேண்டுமெனில் சமூகத்தில் பசிப்பிணி போக்குதல் அவசியம் என்பதாலே பசியினைப் போக்கிவிட்டு கல்வி கற்க சொல்வோம் என்றே விரும்புகிறான். அப்படி பார்த்தால் பள்ளி குழந்தைகளுக்கு உணவு என்பதை முதலில் சிந்தித்தவன் பாரதியாகவே இருக்கக் கூடும்.

அவனுக்குக் கிடைக்கும் உணவினை மகிழ்வோடு உண்டதற்கான காரணம் வறுமை மட்டுமல்ல. அவன் கிடைத்ததை பகிர்ந்தும் உண்டவனாவான்.

விரும்பாமல் உண்ணும்
உணவு கூட செரிப்பதில்லை...

என்ற வகையில் நமக்கு பிடித்த உணவாக இருந்தாலும் மன மகிழ்வோடு உண்ணும்போது மட்டுமே அது நமக்கு நன்மையை விளைவிக்கும். தேவையில்லாத கோபத்தோடும் பொறாமையோடும் உண்ண நேருகையில் அது எதிர்மறையான விளைவுகளை ஏற்படுத்தி விடும். நமக்கு கிடைத்த உணவு இறைவன் நமக்கு வழங்கியது. இயற்கை நமக்கு வழங்கியது என்ற எண்ணத்தால் மகிழ்ச்சியோடும் பகிர்தலோடும் உண்ணுகையிலே வாழ்வு ருசியாகி விடுகிறது.

பகிர்ந்து உண்ணும்போது நமக்கு வரும் மகிழ்ச்சியை வேறு எதையாலும் தந்துட முடியாது. நம்முடைய வரும்கால தலைமுறை களுக்கும் இது பொருந்தும். பசியில்லாத உலகை நோக்கிய பயணத்தையே வள்ளுவனும் வள்ளலாரும் உணர்த்தினார்கள். அதையே பாரதியும் உணர்த்துகிறான். இந்த உலகம் பசியின்றி நிறைவாக உறங்கும் நாள்தான் மிகச் சிறந்த நாளாக அனைவராலும் கொண்டாடப்படும். சுயநலமற்ற, சாதி, மத, பேதமற்ற சமூகத்தை அமைக்கும் போது பசிப்பிணி இல்லாத சமூகமும் முக்கியமே.

பகிந்து உண்போம்
பசிப்பிணி போக்குவோம்

- சதா பாரதி

104. வானநூல் பயிற்சி கொள்

உலகம் தோற்றம் குறித்த ஆராய்ச்சிகள் இன்று வரை தொடர்ந்து நடைபெற்றே வருகின்றன. மனித தோற்றத்தில் மூத்த குடிமக்களாகிய நாம் ஒருகாலத்தில் இயற்கையை மிகச்சரியாக கணித்து அதனோடு இணைந்த பயணத்தைத் தொடர்ந்தோம். சூரியனையும் நிலவினையும் வைத்தே நாட்களைக் கணக்கிட்டோம். வெளிநாட்டவர் அதிசயித்துப் பார்க்கும் பல்வேறு கணிதங்களை கோள்களைக் கொண்டே கணக்கிட்டவர்கள் என்பதில் பெருமைதான்.

**வானை அளப்போம் கடல்மீனை யளப்போம்
சந்திர மண்டலத்தியல் கண்டு தெளிவோம்**

என்பான் பாரதி...

வானும் மீனும் எதுகையாகத் தெரிந்தாலும் வானியல் மாற்றங்கள் கடலையும் பாதிக்கும் என்ற அறிவியலை உணர்ந்தவன் பாரதி. புதுவையில் இருக்கும் போது அடிக்கடி கடற்கரையில் அமர்ந்த வாறே கடலையும் வானையும் பார்த்தே பிரமித்தவன் பாரதி. சோதிடம் என்ற ஒன்றாக மட்டுமே வைத்து வானியலை சுருக்கிவிட்டோமோ என்ற கோபமும்

பாரதிக்கு உண்டு. நிலவினைப் பற்றிய ஆராய்ச்சி வேண்டும் என்பதை நீல் ஆம்ஸ்டிராங்க் அங்கே இறங்குவதற்கு முன்பே கருத்தாக இறங்கியவன் பாரதி

பன்றியைப் போலிங்கு மண்ணிடைச் சேற்றில் புரளாதே
வென்றியை நாடியிவ்வானத்தே ஓடவிரும்பி விரைந்திடுமே
முன்றிலில் ஓடுமோர் வண்டியைப் போலன்று
மூவுலகஞ் சூழ்ந்தே
நன்றுதிரியும் விமானத்தைப் போலவே
நல்ல மனம் படைத்தோம்

என்கிறான் பாரதி.

இன்னமும் பழம்பெருமை பேசிக்கொண்டே தேங்கி நிற்கும் சாக்கடையில் புரள்வதைப்போல இல்லாமல் வானம் அளக்கும் விமானம் போல அனைத்தையும் அறிந்து கொள்ளும் அறிவும் ஆற்றலும் வேண்டும் என்கிறான். அறிவியல் பற்றிய நூல்களில் அவனுக்கு ஈடுபாடு இருந்தது. நம்முடைய மூதாதையர் பலரும் இயற்கை குறித்து புரிந்து வைத்திருந்ததை வியந்து பார்த்தவன் பாரதி. ஆனால் அதை அடுத்த தலைமுறைக்கு சரியாக கொண்டு சேர்க்கவில்லை என்ற வருத்தமும் அவனிடம் இருந்தது.

சீதக்கதிர் மதிமேற்சென்று பாய்ந்தாங்கு
தேனுண்ணுவாய் மனமே

என்றே காற்றையும் கதிரையும் வியந்து விட்டு நிலையையும் படிக்கிறான்.

நம்முடைய மூதாதையர் நமக்கு விட்டுச்சென்ற பலவற்றை நாம் புரிந்து கொண்டு அதை அடுத்த தலைமுறைக்கும் கொண்டு சேர்க்கும் மாபெரும் பணி நம்முடையது என்பதை உணர வேண்டும். அதில் ஒன்றே வான நூல் பயில்தல் என்பதை பாரதி சுட்டுகிறான். அவனுடைய எண்ணம் போலவே இன்னமும் ஆராய்ச்சிக்கு அப்பாற்பட்ட பிரபஞ்ச ரகசியங்கள் பற்றி அறிய முயலுதலும் உணர்தலும் சுகமான அனுபவங் களாகவே இருக்கும். இயற்கையை புரிந்து கொண்டு வாழ்தலே இன்பமயமான வாழ்க்கையாகும்.

வானம் போல வாழ்வோம்.

105. விதையினைத் தெரிந்திடு

விதைகளால் ஆனது இந்த உலகம். விதைப்பவைகள் எல்லாம் இங்கு முளைப்பதில்லை. விரும்பிய விதைகள் மட்டுமே முளைக்கின்றன. அந்த விதைகளும் நீர் தேடி தன் வேர்களை அனுப்பி விசாரிக்கின்றன. அழகிய விருட்சங்களாக கம்பீரமாக காட்சியளிக்கின்றன. இதை விதைகளுக்கு மட்டுமல்ல நல்ல மனங்களுக்கும் இது பொருந்தும். நல்ல மனங்களை தேர்ந்தெடுத்து அதில் நல்ல நம்பிக்கையை விதைத்தால் போதும்...

மனதிலே நம்பிக்கை விதைகளை நாள்தோறும் தூவியவன். எத்தனை இடர்பாடுகள் சந்தித்தாலும் தளராமல் முன்னேறவும் வாழ்க்கையை வழிநடத்தவும் கற்றுக் கொடுத்தவன் பாரதி. யாரிடம் சொன்னால் அவர்கள் கேட்பார்கள் என்பதை உணர்ந்ததாலே பாப்பாக்களுக்கு பாட்டு எழுதினான். அவர்களுடைய மனதில் நல்ல எண்ணங்களை விதைகளாக தூவும்போதே அவர்கள் வருங்கால சமுதாயத்தை காப்பாற்றுவார்கள் என்ற நம்பிக்கையோடு பாடினான்.

கூடிவிளையாடு பாப்பா - ஒரு
குழந்தையை வையாதே பாப்பா

என்ற சமுதாயத்தில் கூடி விளையாடும் பண்பாட்டை கற்பித்தவன் பாரதி.

அவனது ஒவ்வொரு செய்கையிலும் நேர்மையும் ஆதங்கமும் கலந்திருந்தது. நல்லவற்றை பாராட்டியவன் விதைகளை அழிக்கும் களைகளை அகற்றவும் போராடினான்.

நெஞ்சு பொறுக்கு தில்லையே - இந்த
நிலைகெட்ட மனிதரை நினைத்து விட்டால்...

என்ற ஆவேசமும் பாரதியுடையதே.

அடிமை விலங்குகளை அறுத்து எறிய போராடாமல் விதியே என நினைத்து அழுதுகொண்டிருந்த சக மனிதர்களையும் ஆங்கிலேயனுக்கு ஏவல் செய்து அவர்களுடைய ஆசைகளை தீர்க்க உதவியமாக்களே இந்த நல்ல விதைகளின் களைகள் என்பதால் அவர்களிடம் ஆவேசம் காட்டுகிறான்.

சிந்தையில் கள்விரும்பி சிவசிவ என்பதுபோல்
வந்தேமாதரம் என்பார் - மனதில் அதைக்கொள்ளார்.

என்பான் பாரதி.

இப்போது வரை இந்தச் சூழல் மாறவில்லை என்பது வருத்தத்திற்குரிய செய்தியாகும். நம்மிடையே இருக்கும் களைகளை அகற்றினால்தான் நல்ல விதைகள் நமக்கு தெரியவரும். எவ்வித உழைப்புமில்லாமல் இங்கே யாரும் முன்னேறிவிட முடியாது. அவ்வாறு முன்னேறினாலும் அது நிலையான முன்னேற்றமாக இருக்காது என்பதை உணர்பவர்களே உயர முடியும்.

விதைப்பவைகள் எல்லாம் முளைக்க வேண்டும் என்றால் விதை களுக்குள்ளும் முளைக்கும் ஆர்வம் இருந்திட வேண்டும். எந்த மண்ணில் எந்த விதை முளைக்கும் என்பதை தேர்ந்தெடுத்து விதைக்க வேண்டும். அது முளைப்பதற்கான சூழலையும் உருவாக்கித் தந்திட வேண்டும்...

இங்கே விதைக்கும் விதைகள் எல்லாம் மனித மனங்களில் தான்.

106. வீரியம் பெருக்கு

வலிமை உள்ள மனதில் சுதந்திரமும் மகிழ்ச்சியும் நிறைந்திருக்கும். உலகில் வளமோடு வாழ வேண்டும் என்றால் நம்முடைய வலிமையையும் வளத்தினையும் பெருக்க வேண்டும். அகமும் புறமும் தைரியமும் வலிமையும் ஒருங்கே பெறுவது மட்டுமே தனிமனித மற்றும் சமுதாய வளர்ச்சியுமாகும். குழப்பமில்லாமல் நம்பிக்கையோடு செய்யும் செயல்களிலே வெற்றி நிலைத்திருக்கும்.

ஒளிபடைத்த கண்ணினாய் வா வா வா
உறுதி கொண்ட நெஞ்சினாய் வா வா வா

என்ற இளைய பாரதம் வலிமையோடு எழுவதற்கு வழிசொன்னான் பாரதி.

ஒவ்வொரு முறையும் தன்னிடமுள்ள தைரியத்தை கம்பீரத்தை அடுத்தவருக்கும் தனது கவிதைகள் வழியாக கடத்தியவன். தனது நடை, உடை, கவிதை, எழுத்து, மூச்சு, கோல் ஆகிய அனைத்திலும் கம்பீரத்தை பதித்தவன். தனது வரிகளை மட்டுமன்றி வாழ்க்கையும் அப்படியே படைத்திட்டவன். உடல் வலிமையை

உடற் பயிற்சி, கர்லா சுற்றுதல், சிலம்பு ஆகியவற்றால் உடலின் சக்தியைப் பெருக்கியவன். தனது உடல் ஒல்லியாக இருந்தாலும் வலிமையின் சிகரமாகவே திகழ்ந்தான் எனலாம்.

அகத்தை பண்படுத்தும் வடிவங்களை தனது கவிதையிலும் வார்த்தையிலும் கொண்டு வந்தான். தன்னை ஒரு கவிராசனாக முடிசூட்டிய போதே அவனது கவிதைகளின் வீரியம் பெருகியது. கடற்கரை கூட்டங்களில் தேசியத் தலைவர்களின் பேச்சை ரசிக்காத கூட்டங்கள் பாரதியின் பாடல்களைக் கேட்டு லயித்தனர். ஒவ்வொரு முறையும் தனக்கான வேண்டுதலோடு சமூக வேண்டுதலும் அவனோடு இருந்தது என்பதை மறுக்க முடியாது.

சொல்லடி சிவசக்தி - எனைச்
சுடர்மிகு அறிவுடன் படைத்துவிட்டாய்
வல்லமை தாராயோ - இந்த
மாநிலம் பயனுற வாழ்வதற்கே

என்றே மாநிலமும் பயனுற சக்தி பெற வேண்டியவன் பாரதி. தனக்கு கிடைக்கும் சக்தியினால் மானுடம் செழிக்க வேண்டுமென யோசித்தவன் மகாகவி என்றால் அது மிகையாது.

தகுதியான நபர்களாலே இவ்வுலகை தகுதியாக்க முடியும் என்பதை உணர வேண்டும். நமக்கான தகுதிகளையும் வலிமையையும் (அகம், புறம்) இரண்டிலும் உயர்த்த வேண்டும். அவ்வாறு செய்யும் போது மட்டுமே நம்மோடு இந்த சமூகமும் வளம் பெறும். சில சூழல்களில் நம்முடைய சக்தி வெளிப்படும். ஆனால் அது வெளிப்படும் தருணத்திற்காக காத்திருக்க தேவையில்லை. நமக்குள்ளே இருக்கும் சக்தியை உணர வேண்டும். அதைச் சரியான முறையிலே பயன் படுத்தவும் வேண்டும்...

சக்தி உணர்தலே சாதனையாகும்

107. வெடிப்புறப் பேசு

உங்கள் வார்த்தைகளே உங்கள் வாழ்வினைக் காட்டும். வார்த்தைகள் கவனமாகவும் நேர்மறையாகவும் நம்பிக்கை அளிப்பதாகவும் இருத்தல் வேண்டும். உடனடியாக தவறுகளைத் தட்டிக் கேட்கவும் வேண்டும். அந்த வார்த்தைகளின் வலிமை நம்மை மட்டுமல்லாமல் பிறரையும் வழிநடத்தும் என்ற நம்பிக்கையோடு பேசுதல் வேண்டும். ஏனெனில் பேசும் வார்த்தைகளைத் திரும்பப் பெற இயலாது.

உறுதியும் மகிழ்ச்சியும் உள்ள மனதில் எப்போதும் மகிழ்ச்சி குடிகொண்டு இருக்கும். அந்தச் சூழலில் நாம் பேசும் சொற்கள் வலிமையான சூழலை உருவாக்கும். மனதில் எதையோ மறைத்து வைத்துக் கொண்டு வேறொன்றை பேசுவது நல்லதல்ல. அது பாரதிக்கும் பிடிப்பதில்லை. அவனுமே பேசியதுமில்லை. அவனுடைய நடிப்புச் சுதேசிகள் பாடல் இன்றுமே பொருந்தும் வகையிலேயே பாடப்பட்டது. அவருடைய வார்த்தைகளின் வலிமை பரங்கியரை மட்டுமின்றி அவர்களுக்கு ஏவல் செய்திட்ட நம்மவர்களையும் நடுங்கச் செய்திட்டது எனலாம்.

தாயைக் கொல்லும் பஞ்சத்தை தடுக்க முயற்சியுறார்
வாயைத் திறந்து சும்மா - கிளியே
வந்தே மாதரம் என்பார்.

வார்த்தை விளையாட்டுகளோ வர்ணனைகளோ எதற்கும் பயன்படுவதில்லை. பேசும் வார்த்தைகள் ஒவ்வொன்றும் மனதின் ஆழத்திலிருந்து வெளிப்பட வேண்டும். அது அடுத்தவர்களின் மனதிற்குள்ளேயும் செல்லும் ஆற்றல் பெற்றிருத்தல் வேண்டும். முணுமுணுப்பு எல்லாம் வார்த்தைகள் ஆகிவிடாது என்பதையே நம்பியவன் பாரதி. அவனுடைய கவிதை வாசிக்கும் கம்பீரத்தை அவனுடைய உடல்மொழியில் பார்க்கலாம் என்பார் வ.ரா.

ஊருக்கு நல்லது சொல்வேன் - எனக்கு
உண்மை தெரிந்து சொல்வேன்.

என்பான் பாரதி.

நல்லவற்றையும் யார் தடுத்தாலும் அதை அச்சமின்றி சொல்ல வேண்டும் என்பதே அவனுடைய இலக்காகவும் இருந்தது அவனுடைய தேவ வார்த்தைகள் அனைத்துமே இன்று நிறைவேறி வருவதைக் காணும் போதே அவனுடைய சொல்வலிமையை உணர முடிகிறது.

சொல்புதிது பொருள் புதிது

என்றே அவனுடைய வரிகள் இருந்தது.

பழம்பெருமை மட்டுமே பேசித்திரிவதில் பயனேதுமில்லை. அதை அடுத்த தலைமுறைக்கும் கொண்டு சேர்ப்பதில் புதுமை வேண்டும் என்றே விரும்பியவன். அறிவியல் கலைச்சொற்களை ஆதரித்தவன் சொல் எனும் கவிதையிலே,

தேவசக்திகளை

நிலைபெறச் செய்யும்

சொல் வேண்டும் என்பார்கள்

வாழ்க்கையில் நாம் திரும்ப பெற இயலாதவற்றில் ஒன்றுதான் நாம் பேசும் வார்த்தையாகும். அந்த வார்த்தைகளில் கவனமாகவும் அதே நேரத்தில் கம்பீரமாகவும் இருக்க வேண்டும். வார்த்தைகள்

வெறும் ஒலிகளல்ல. அது பலருக்கு வழிகள். அறியாமையை அகற்றும் விழிகள் என்பதை உணர வேண்டும். பேசும் வார்த்தைகளும் செய்யும் செயல்களும் நினைப்பும் ஒரே நேர்கோட்டிலே இருப்பவர்களே இந்த உலகினைவெல்லமுடியும்

வென்றிருக்கிறார்கள்
சொல்லும் வார்த்தைகள் போலவே
வாழ்க்கையும் இருக்கட்டும்

108. வேதம் புதுமை செய்

வாழ்வதே வேதம் என்பது போல வாழ்பவர்கள் பலர். வேதத்தின் படி வாழ முயல்பவர்களும் இங்கு உண்டு. சூழல்களையும் இயற்கையையும் நவீனங்களோடு தொடர்புபடுத்தி அவற்றை வைத்துக் கொண்டு வாழ்தல் ஒரு புதிய அனுபவத்தைத் தருவதைப் போல வாழ்ந்திடுதலும் ஒரு அழகிய அனுபவம்தான். நால்வகை வேதங்கள் இங்கே இருப்பதாகச் சொல்கிறோம். பாரதி சொல்வது வேதம் புதுமை செய் என்பதாகும். பழமையை தூக்கி எறியச் சொல்லவில்லை அவற்றை நவீனத்தோடு மாற்றச்சொன்னவன் பாரதி.

வேதம் நிறைந்த தமிழ்நாடு - உயர் வீரம் செறிந்த தமிழ் நாடு

என்றே பெருமிதம் கொள்கிறான்.

இங்கே வேதங்கள் நிறைந்து நல்ல அறங்களைக் கடைப்பிடித்து உலகம் முழுவதுக்கும் வழிகாட்டியாகவே திகழ்ந்தவன் தமிழரே என்பதை பெருமிதம் பொங்கக் கூறியுள்ளவன். பழந்தமிழ் இலக்கணமோ இலக்கியமோ சொல்வதையும் வேதங்களையும் அப்படியே ஏற்றுக்கொள்ள அவனுக்குப் பிடிப்பதில்லை.

இனியொரு விதிசெய்வோம் - அதை
எந்நாளும் காப்போம்
தனியொரு மனிதருக்கு உணவில்லையெனில் - இந்த
ஜகத்தினை அழித்திடுவோம் என்பான் பாரதி.

அடுத்தவரின் பசியினைப் போக்குவதே புதிய வேதமாக கொள்ள வேண்டும் என்பான். சக மனிதருடைய நேசிப்பை விட புதிய வேதம் எதுவாக இருக்க முடியும். அவனுடைய ஆசையெல்லாம் எல்லோரும் சமநிலை பெற்று சுதந்திர காற்றை சுவாசிக்க வேண்டும் என்பதாகவே இருந்தது

மனிதர் நோக மனிதர் பார்க்கும்
வழக்கமும் வாழ்க்கையும் இனியுமுண்டோ?

என்ற ரௌத்திரத்தோடு அவன் வேதத்தில் புதுமையைத் தேடினான்.

நல்லவர்கள் நினைப்பதெல்லாம் நடந்திட வேண்டுமென பராசக்தியை வேண்டினான். புதிய முயற்சிகள் அனைத்தும் செய்து பார்க்க ஆசைப்பட்டான். நல்லவைகள் எங்கிருந்தாலும் அவற்றை நேசத்தோடும் நம்பிக்கையோடும் வரவேற்க காத்திருந்தவன்.

எந்தையும் தாயும் மகிழ்ந்து குலாவி
இருந்ததும் இந்நாடே
தந்தையர் ஆயிரம் ஆண்டுகள்
வாழ்ந்து முடிந்ததும் இந்நாடே...
என்றும்
என்தந்தையர் நாடெனும் போதினிலே - புது
சக்தி பிறக்குது மூச்சினிலே

என்கிற போதே இந்த தேசம் குறித்த பெருமித உணர்வினை அறிய முடிகிறது.

ஆனாலும் இங்கே பெண் விடுதலையை பேசிய முதல் கவிஞன் அவன்தான் என்பதிலே எந்தவித சமரசமும் இல்லை

கற்பு என்ற நிலைவரின் அதை
ஆணுக்கும் பெண்ணுக்கும் பொதுவில் வைப்போம்

என்ற சிந்தனைய்யை நூறாண்டுகளுக்கு முன்னரே பெண்ணடிமைத்தனம் உச்சம் பெற்ற வேளையில் பாடியவன்.

பெண்மையை இழிவு படுத்துதலும் வேதங்கள் கூறியதை அப்படியே கண்மூடித்தனமாக ஏற்பது என்பதிலே அவனுக்கு ஈடுபாடு கிடையாது.

**அறிவு கொண்ட மனிதவுயிரை
அடிமையாக்க முயல்பவர் பித்தராம்**

என்பான் பாரதி.

சட்டங்கள் என்பது மனிதர்களால் மனிதர்களுக்காக உருவாக்கப் பட்டது. அது மனிதர்களை அடிமைப்படுத்தி அவர்களை இழிவு செய்யும் எனில் அவற்றை மாற்றுவது அவசியம். சட்டங்கள் படி இங்கே மனிதர்களை வடிவமைத்திட இயலாது. தவறான குறிப்புகள் நீக்கப்பட வேண்டும். திருத்தப்பட வேண்டும். அதேபோல் வேதமும். அது எழுதப்பட்டதாக கொண்ட கால சூழல், இன்றைக்கும் நாம் அதை எடுத்துக்கொள்ளும் முறை ஆகியவற்றை பரிசீலனை செய்தாக வேண்டும். எது வேதம் என்பதிலே குழப்பம் இருந்தாலும் மனிதனை மனிதராக நடத்தி அவர்களின் வாழ்வினை மேம்படுத்தும் அனைத்துமே வேதமாகும். அப்படிப்பட்ட வேதங்களை செய்வோம்.

பழமையில் பழசுகளை மாற்றிவிட்டு புதுமை செய்வோம்.

109. வையத் தலைமை கொள்

வரலாறுகளை வாசிக்கும் போது நாம் நினைவில் கொள்ள வேண்டியது எல்லாம் நம்முடைய வரலாறையும் இந்த உலகம் ஒரு நாள் வாசிக்கும் என்பதே ஆகும். வேடிக்கை மனிதர்களாக இருந்து மறைந்தவர்கள் வெறும் பக்க நிரப்பிகளாகவே மறைந்து விடுகின்றனர். அவ்வாறு இருப்பது அழகல்ல. நம்முடைய வாழ்வு நமக்கும் பிறருக்கும் நல் வழிகாட்டுதலாக அமைய வேண்டும். எளிய மனிதர்கள் எல்லாம் தலைமை ஏற்ற வரலாறுகளைப் படிக்கும் போது பிறக்கும் நம்பிக்கைதான் நாம் வையத் தலைமை ஏற்க போடப்பட்ட சிவப்புக் கம்பளம் என்பதை உணர்ந்து கொள்ள வேண்டும்.

எல்லோரும் ஓர்குலம்
எல்லோரும் ஓர்நிறை
எல்லோரும் இந்நாட்டு மன்னர்கள்

என்பதே பாரதியின் பாதையாக இருந்தது.

உலகத்தின் தலைமையை இந்தியா நிர்ணயிக்க வேண்டும். உலகத்தின் தொடக்கம் இங்கிருந்துதான் தொடங்கியது என்பது மட்டுமின்றி காட்டு மிராண்டிகளாக பலரும் திரிந்து கொண்டிருந்த காலத்திலே திணை வகுத்து பொருளுக்கு இலக்கணம்

வகுத்து வாழ்க்கையை கற்றுக் கொடுத்தவர்கள் நாம் என்ற இறுமாப்பு பாரதியிடம்இருந்தது. நம்மை அடிமைப்படுத்தி வைத்திருந்த ஆங்கிலேயர்க்கு எதிராக

ஏழையென்றும் அடிமையென்றும் எவரும் இல்லை ஜாதியில் இழிவு கொண்ட மனிதரென்பவர் இந்தியாவில் இல்லையே

என்ற கம்பீர வரிகளால் அவர்களை பதற வைத்து நமக்கு நம்பிக்கை ஊட்டினான்.

சிறு சிறு தேசமெல்லாம் சுதந்திர காற்றை சுவாசிக்கையில் இந்த தேசம் அடிமையில் கிடப்பதை அவனால் தாங்கிக் கொள்ள இயலவில்லை.

**ஞானத்திலே பரமோனத்திலே - உயர்
மானத்திலே அன்ன தானத்திலே
கானத்திலே அமுதாக நிறைந்த
கவிதையிலே உயர்நாடு**

என்ற கம்பீரத்தை நம்முள்ளே விதைத்து தேசத்தின் மாண்பினைக் காக்க அழைத்தவன்.

அடிமை வாழ்க்கையை நினைத்து புலம்புவதை விட்டு விட்டு அதிலிருந்து மீள்வதற்கு நாம் தயாராக வேண்டுமென்றான். விடுதலை என்பதை பலரும் பேசுகையில் வையத்திற்கே தலைமை ஏற்க வேண்டுமென பெரிதினும் பெரிது கேட்டவனே பாரதி.

மனதில் அடிமை எண்ணம் இருந்தால் சுதந்திர வார்த்தைகள் வெளி வராது என்றான். தலைப்பாகையை கிரீடமாக அணிந்து கொண்ட கவிராசன் பாரதி. நமது தேசத்தின் பெருமைகளை மட்டுமே பேசிப்பயனில்லை. அந்த பெருமைமிகு தேசத்தின் இன்றைய நிலையினை மாற்ற வேண்டும் என்ற உறுதியோடு உலகை ஆளும் தேசமாக, உலகிற்கு வழிகாட்டியாக மீண்டும் பாரதம் வர வேண்டுமென விரும்பியவன் பாரதி.

வாழ்தலுக்கும் இருத்தலுக்கும் உள்ள வித்தியாசத்தை உணர்ந்து கொள்ள வேண்டும். சராசரி வாழ்க்கையோடு சமரசம் செய்துகொண்டு மடிந்து விடக்கூடாது. ஒவ்வொரு மனிதருமே இந்த உலகின் மிகச் சிறந்த படைப்பு என்பதை உணர வேண்டும். வாழ்க்கையை அர்த்த முள்ளதாக வாழும் போதே உலகம் நம்மிடம் வரும். நமது தலைமையை கேட்கும். நாம் தலைமை ஏற்போம்.

வேடிக்கை மனிதரல்ல நாம்

- சதா பாரதி

110. வெளவுதல் நீக்கு

ஆசைப்படுதலால்தான் இந்த உலகம் இயங்கிக் கொண்டிருக்கிறது என்பதில் உண்மையும் இருக்கிறது. ஆனால் அது தனக்கான இடத்தையும் தனக்கு அவசியமானவற்றை நியாயமான முறையில் தேடிக் கொள்வதிலேதான் அனைவருக்கும் பெருமையாக இருக்க முடியும். அடுத்தவர்களின் பொருளையும் மரியாதையையும் அபகரிக்க நினைப்பது ஆபத்தாகவே முடியும். அது அபத்தமானதாகவே இருக்கும்

பாரதி எல்லோருக்கும் எல்லாம் கிடைக்க வேண்டுமென விரும்பியவன். அதனாலே வெளவுதல் நீக்கு என்கிறான். வெளவுதல் என்பதற்கு கவர்தல், கைப்பற்றுதல் என்ற பொருளை கழகத் தமிழகராதி கூறுகிறது. புதிய ஆத்திசூடியின் ஒவ்வொரு வரிகளும் அடுத்து வரும் அடிகளோடு தொடர்பிருக்கும் அந்த வகையில் வையத் தலைமை கொள் என்று சொன்னவன் அடுத்த அடியிலே வெளவுதல் நீக்கு என்கிறான். எத்தனை பெரிய தீர்க்க தரிசி பாருங்கள். தலைமைக்கு வந்தவுடன் நம்மவர்கள் அடுத்தவரின் பொருளுக்கும் மரியாதைக்கும் புகழுக்கும் ஆசைப்படுவார்கள் என்பதை உணர்ந்தே அதை நீக்க சொன்னவன்.

கங்கைநதிப் புறத்துக் கோதுமைப் பண்டம்
காவிரி வெற்றிலைக்கு மாறுகொள்வோம்
வங்கத்து ஓடிவரும் நீரின் மிகையால்
மையத்து நாடுகளில் பயிர் செய்குவோம் என்பான் பாரதி.

ஒவ்வொரு மனிதருமே தன்னிடமுள்ள தன்னிறைவு பெற்றதை அடுத்தவருக்கு கொடுத்து அவருக்கு தேவையானதை பிறரிடம் இருந்து பெற்று வாழும் பண்டமாற்று போலவே வாழ்தலும் அவசியமானதே. இன்று பணம் என்பதால் மனம் கெட்டுப் போகிறது. பணம் சம்பாதிப்பதை மட்டுமே குறிக்கோளாக கொண்டு வாழ்வதால் அடுத்தவருக்கு உரியதையும் அபகரிக்க வேண்டும் என்ற மோசமான சூழல் உருவாகும் என்பதால் அதை அன்றே எதிர்த்தவன் பாரதி.

ஏழையராகி இனிமண்ணில் துஞ்சோம்
தன்னலம்பேணி இழிதொழில் புரியோம்
தாய்த்திரு நாடெனில் இனி கையை விரியோம்

என்றே ஒற்றுமையாய் பாடியவன்.

எல்லோரும் எல்லாமும் பெறும் போது அங்கே அடுத்தவரின் பொருளை அபகரிக்க நினைக்கும் அற்பத்தனம் இருக்காது என்று நினைத்தவன். தொடர்ந்து அனைவரையும் இணைத்து அனைவரின் முன்னேற்றத்திற்கும் பாடுபடுவதிலே சந்தோசம் அடங்கியிருக்கிறது என்கிறான் பாரதி.

மிகச்சிறந்த குணங்களில் ஒன்று அனைவருடைய நலனுக்காகவும் மகிழ்ச்சியோடும் நேர்மையோடும் பாடுபடுவதாகும். உண்மையில் ஒருவருக்கொருவர் உதவி செய்து அனைவருமே உயர்ந்த நிலையினை நோக்கி நடைபோட வேண்டும். இங்கு வறுமையையும் பசியினையும் போக்கி வாழ வழிவகை செய்து கொடுத்தால் அபகரிக்கும் தவறான எண்ணம் இங்கே இல்லாமல் போய்விடும். இந்த ஒரு இழிவான குணமே நம்முடைய தவறுகள் அனைத்திற்கும் காரணமாகிவிடும். எனவே வெளவுதலை நீக்கிவிடுவோம்.

பகிர்ந்து கொண்டு வாழ்தலே
பலரையும் வாழ வைக்கும்